आपल्या
स्नेहीजनांना
पुस्तके
भेट द्या

काळोखाचे थेंब

प्रभाकर नारायण परांजपे

AA000884

मेहता पब्लिशिंग हाऊस

✆ +91 020-24476924 / 24460313
Email : info@mehtapublishinghouse.com
production@mehtapublishinghouse.com
sales@mehtapublishinghouse.com
Website : www.mehtapublishinghouse.com

- *या पुस्तकातील लेखकाची मते, घटना, वर्णने ही त्या लेखकाची असून त्याच्याशी प्रकाशक सहमत असतीलच असे नाही.*

KALOKHACHE THEMB by PRABHAKAR PARANJAPE

काळोखाचे थेंब / कथासंग्रह

© प्रभाकर परांजपे

एच १, क्लॅरियन पार्क, औंध, पुणे - ४११००७.

प्रकाशक : सुनील अनिल मेहता, मेहता पब्लिशिंग हाऊस,
१९४१, सदाशिव पेठ, माडीवाले कॉलनी, पुणे - ४११०३०.

मुखपृष्ठ : सतीश भावसार

प्रकाशनकाल : १९८२ / मेहता पब्लिशिंग हाऊस यांची द्वितीय
आवृत्ती : ऑक्टोबर, २०१५

ISBN for Printed Book 9788184988734

ISBN for E-Book 9788184988741

वसुधास

अनुक्रम

लाक्षागृह / १
संध्याछाया / १०
काळोखाचे थेंब / १८
"ट्यँहा" / २६
निर्जन किनारी / ३५
द रनिंग मॅन / ४०
महारोगी / ४७
हार्ट पॉईंट / ५२
गोष्ट तिची – नि माझीही! / ५९
अंधाराच्या अरण्यात / ६१
कॅसिनो / ७४
भोवळ / ८२
मन माळरान / ८७
मातीच्या मूर्ती / ९७
दूर कुठे राऊळात / १०६
त्रयस्थ / ११४

लाक्षागृह

१

सदूच्या घरासमोरच्या रस्त्याला गलोलीच्या कातडी तुकड्यासारखा बाक आला होता. त्या बाकामध्ये दत्ताचं देऊळ व सुंदरबागेला पाणी देणारी मोट. मोटेच्या बैलांची चाकोरी जिथे संपे, तिथं उंबराचं एक झाड होतं. त्याची कच्ची किडकी उंबरं खायला कुळवाडीची पोरं दुपारची जमून कालवा करत, आपसात भांडत. कधीकधी दत्ताच्या देवळाच्या पायऱ्यांवर थुंकून ठेवत, आणि मोटेच्या खळाळत्या पाण्यात हातपाय घासून आणखी कुठं तरी उंडारायला जात. त्यांनी करून ठेवलेली घाण पाहून ओठांतल्या ओठांत शिव्या पुटपुटत बर्व्यांची बायको मोटेच्या पाण्याची घागर भरून ती पायऱ्यांवर ओती आणि भजनासाठी देऊळ उघडी.

दत्ताचं देऊळ होतं लहानच, पण टुमदार. साताठ पायऱ्यांना पायाशी घेऊन छपराची छत्री डोक्यावर घेतलेलं. जेमतेम चार खण चौरस खोली. गाभारा असा नाहीच. मळकट काळ्या गजांनी खोलीचा एक खण वेगळा केला होता व त्यात होती छोटी घुमटी, समाधी म्हणून बांधतात तशा छत्रीच्या आकाराची. मळकट पिवळ्या गजांआड बाळकृष्णाच्या पावलांइतक्या छोट्या नाजूक पादुका - दत्ताच्या. संगमरवरी. त्यांच्यावर एखादं मरगळलेलं तगरीचं फूल, गंधाची पुटं व एखादं बेलाचं पान. गावातल्या पूजा आटोपून बर्वे घाईतच देवळात येत, पादुकांवर पाणी ओतत आणि हाताला येईल ते फूल वाहून मोकळे होत. एवढं केलं की संध्याकाळी देवापुढच्या तांदूळ-पैशांवर पुन्हा एकदा हक्क प्रस्थापित केल्याचं बालिश समाधान आठ दिवसांची दाढी वाढलेल्या त्यांच्या चेहेऱ्यावर उमटे.

२

आज शुक्रवार. आठवड्याचा बाजार. सकाळपासूनच गाड्यांची घरघर सुरू झाली होती. बाजाराचं मैदान व्यापून आजूबाजूच्या गल्ल्यांतून बाजाराला आलेली माणसं हातपाय पसरत होती. दिवस पुढं सरकू लागे तसा कोलाहल वाढत जाई. मिरच्यांचा खाट, धान्य मोजल्याचे 'एऽक, दोहोन'चे आवाज, शेण गोळा करणाऱ्या बायकांचा कचकचाट आणि धूळ. शेकडो पाय असलेल्या गांडुळाप्रमाणं बाजार वळवळत होता. देवळासमोरच्या रस्त्याला कातडी विकायला बसली होती. त्यांच्या पलीकडेच दोर, मडकी इत्यादी. त्या दिवशी संध्याकाळपर्यंत देवळाचं कुलूप निघत नसे. भजन, पुराण – सगळंच बंद होई. नाइलाजानं.

देवळाच्या शेजारीच कुलकर्ण्यांचा वाडा होता. निम्मी गल्ली व्यापणारा. रस्त्याच्या एका बाजूला सुंदरबाग आणि दुसऱ्या बाजूला वाडा. दोन हात रुंद भिंतीचा. किल्ल्याप्रमाणं उंच नि जड दरवाजाचा. आज तो दुपारपासून करकरत होता. बाजाराला आलेले अनेकजण वाड्यातून पाणी मागून घेत, खळखळून चुळा भरून टाकीत, बरोबर बांधून आणलेली भाकरी व कोरड्यास खात आणि पडवीत घटकाभर आडवे होत.

माडीवरच्या एका खोलीत देवळाकडेच्या खिडकीत सदू बसलेला होता. शाळा सकाळीच झाली होती. बाबा घरी असल्यामुळे बाहेरही कुठं पळता येत नव्हतं आणि इतिहासाच्या जाड पुस्तकात दडवलेलं गोष्टीचं पुस्तक वाचताना बाबा बघतील, अशी भीती वाटत होती. मधूनच तो खिडकीबाहेर बघे. आज पुराण नसल्यानं शाखेची वेळ होईपर्यंत घरातून सुटका व्हायची शक्यता नव्हती. बाबा बाजाराला जाताना दिसले तर जरा दंगा तरी करायला मिळेल म्हणून तो वाट पाहात होता, पण आलेल्या वाटेकऱ्यांना वाटेला लावताना बाबांना उशीर होत होता आणि सदूची चुळबूळ सुरू होती. पुनः पुन्हा दाराशी जाऊन तो बाबांची चाहूल घ्यायचा आणि नाइलाज होऊन खिडकीशी येऊन बसायचा.

शाखा साडेपाचला होती, तरी सदू चारलाच घराबाहेर पडला. बाबा नुकतेच बाजारात गेले होते. ते पाच-साडेपाचपर्यंत परत येणं शक्य नव्हतं व नंतर तर 'शाखेला गेलाय' म्हणून आईनं सांगितलं असतं.

मुलींच्या शाळेजवळच्या कुंजीवर वानरसेना बसली होती. राजा, मन्या, बापू – सगळे होते त्यात. शिवाय त्यांचे थोरले भाऊ होते. गोट्या, वामन इत्यादी. डावा

हात दंडाभोवती वेटोळत कुंजीपाशी जाऊन सदू उभा राहिला.

"शाखेत येणार ना राजा आज?" त्यानं विचारलं.

आपला तिरवा डोळा अधिकच तिरवा करत मन्या ओरडला, "ही बघा आली भित्री भागूबाई."

सदूच्या अंगावर शहारा आला. पुढं काय होणार याची त्याला एका क्षणात कल्पना आली. पण आता माघार घेण्यात अर्थ नव्हता.

"तूच भित्री भागूबाई."

"ए, तुज्या आयला, सांगून ठेवतो. कानफाटात ठेवून दीन एऽक." हात उगारत मन्या ओरडला.

"मऽ, मला म्हणालास ते...?"

"मऽ, आहेसच तू, आज कशी तुक्यापुढं शेपूट घातली."

शाळेतला सकाळचा प्रसंग आठवून सदूच्या अंगाची आत्तासुद्धा संतापानं लाही झाली आणि मन्या आता ते तिखटमीठ लावून सांगणार सगळ्यांना - पण वरकरणी तो म्हणाला,

"सांग सांग. डरतोय काय मी!"

"अरे तुक्यानं याला उष्टी चिंच खायला दिली आणि या गाढवानं ती खाल्ली."

"पण मला काय माहीत..."

"एवढं माहीत नाही काय. यानं चिंच खाताच तुक्या काय म्हणाला माहीताय..."

"काय?"

"सद्या बाटला, सद्या माझी बायको. सद्या कुळवाडी झाला."

"हात्तेच्या, मला वाटलं..." वामन.

"होय ना. लेका, म्हाद्या काय करायचा माहीताय... विन्याला खंदकात घेऊन जायचा न त्याची चड्डी सोडायचा..."

सगळे खळखळून हसले. सदूनं विचारलं,

"कशाला?"

हास्याचा आणखीच मोठा स्फोट झाला. काय झालं ते सदूला कळेना. त्यानं गोट्याला विचारलं.

"सांग काय लेका. तुझे वडील आईला काय करतात ते माहीत नाही?"

सदू हादरला. त्याला स्पष्ट काही कळलं नाही. पण ते काहीतरी भयंकर हलकट बोलतायत एवढंच जाणवलं. पण त्याचा त्यावर विश्वास बसेना. आपली आई नि बाबा...

तेवढ्यात गोट्यानं डाव्या हाताचा अंगठा व पहिलं बोट जोडून त्यात उजव्या हाताचं पहिलं बोट घालून दाखवलं.

"हट्, शक्य नाही..." सदू पुटपुटला.

पण वामन म्हणाला, "शक्य काय नाही, लेका? त्यांनी तसं केल्याशिवाय काय तू जन्माला आलास होय! वेडपटच आहे."

दुरून विठ्ठलला येताना पाहून सदूला बरं वाटलं. त्यानं कुंजीवरनं धाडकन उडी मारली. पायाला खडे बोचले, पण 'हाय' करणं शक्य नव्हतं. त्यानं निर्वाणीचं विचारावं तसं राजाला पुन्हा एकदा विचारलं, "येतोयस ना राजा शाखेला?"

त्याला घालवून दिल्यासारखा हात करीत राजा म्हणाला, "जा जा. तू हो पुढं. मी आलोच."

३

विठ्ठलच्या वहाणा करकर वाजत होत्या. त्याची पावलं रुबाबदार पडत होती आणि छाती पुढं काढून तो चालत होता. त्याच्याबरोबर चालताना सदूची धावपळ होत होती. विठ्ठलच्या ते लक्षात आलं की तो हळू चालायचा, पण त्याच्या नकळत त्याची पावलं वेग घ्यायची. मधनं तो सदूला प्रश्न विचारत होता आणि सदूला त्यामुळं अभिमान वाटत होता, सुरक्षितता वाटत होती. जणू काही विठ्ठलच्या बरोबर चालल्यानं, विठ्ठल त्याच्याशी बोलल्यानं सदूच मोठा झाला होता, विठ्ठलसारखा टणक व रुबाबदार तरुण झाला होता.

"तू शाखेत गोष्टी छान सांगतोस म्हणे."

"हो, शाळेतसुद्धा. परवा तर सगळे वर्ग एकत्र केलेते त्या वेळी मी वासुदेव बळवंतांची गोष्ट सांगितली."

"अरे व्वा!"

"आणि माझ्या बाकावर मुलं लिहून ठेवतात 'गोष्टींचा राजा'!"

"पण इतक्या गोष्टी तुला येतात कशा?"

"मी पुराणाला जातो ना रोज. हल्ली गुरुजी महाभारत सांगतायत. शिवाय कीर्तनं. आमच्या घरी पुस्तकंही खूप आहेत."

"तुझी बहीण मॅट्रिकला आहे ना? काय नाव तिचं?"

"कमल."

"ती नाही वाटतं समितीत जात..."

"नाही. ती दलात जाते. मलाही बोलावते नेहमी. पण मी सरळ सांगतो, 'आपण नाही बायकांच्यात येणार!'"

बोलता बोलता ते बुरुजाशी आले होते. बुरुजांना जोडणारा तट व खंदक

यांच्यामध्ये एक पाऊलवाट होती. एकटा असता तर सदू या बाजूला फिरकलाच नसता. पण आता विठ्ठल बरोबर असल्यामुळे प्रत्येक बुरुजाचं वळण पार करताना सदूला धन्य धन्य वाटत होतं. आणि अंगावर रोमांच फुलत होते.

संघस्थानावर ते पोहोचले तेव्हा शाखेची वेळ झालेली असूनही सगळे स्वयंसेवक गटागटानं उभे होते. शहरप्रमुखांचा निरोप आला होता की, मी आल्याशिवाय शाखा सुरू करू नका. काही बाल खंदकाच्या कडेला उभे राहून जास्तीतजास्त लांब दगड मारण्याची शर्यत खेळत होते. विठ्ठल बरोबरीच्या तरुणांत जाऊन मिसळल्यानं बालांच्यात जाण्याखेरीज सदूला गत्यंतर उरलं नाही. खंदकापलीकडचा जुनाट काळा तट जागजागी ढासळला होता. पिवळं वाळकं गवत अधूनमधून उगवलं होतं व बुरुजाकडं टक लावून बघितलं तर त्याची उंची वाढतीय, तो पुढं सरकतोय, असा भास व्हायचा. त्याच बुरुजाखाली एक लेकुरवाळी तिच्या सात मुलांसह पुरली होती म्हणे. बुरुजाकडं पाहाण्याचं टाळत सदू दगड मारत होता. पण त्याचा दगड खंदकातच कुठंतरी पडे. खंदकातनं लोकांनी केलेल्या घाणीची दुर्गंधी येत होती. खंदकाची वळणं रहस्यमय वाटत होती व त्यात डोकावण्याचा मोह होत असूनही सदूला तेवढा धीर होत नव्हता.

एकाएकी खंदकातून वर येणाऱ्या, तट्ट फुगलेल्या गळ्याच्या, तांबड्या सरड्याकडं कुणाचंतरी लक्ष गेलं. लगेच त्याच्यावर दगडांचा वर्षाव सुरू झाला. सरडा आधीच घाबरलेला होता. त्यानं धावत पायवाट ओलांडली व तो बुरुजावर चढू लागला. एखादाच दगड त्याच्या आजूबाजूला बसे. पण दगडांच्या तडातड आवाजांनी नि पोरांच्या किंचाळ्यांनी तो घाबरायचा, गुंजेसारख्या लाल डोळ्यांनी टवकारून पाहात क्षणभर उभा राहायचा आणि दिशा बदलून परत पळायला लागायचा. इतरांच्या बरोबरीनं सदूही दगड मारत होता. ओरडत होता. तो भीती पार विसरून गेला होता. एक प्रकारचा चेव चढला होता त्याला आणि इतरांच्याबरोबर तो इकडंतिकडं धावत होता. दगड हाणत होता. तेवढ्यात एक दगड सरड्याच्या शेपटावर खच्कन बसला आणि त्याची शेपटी कच्कन तुटली. बुरुजावरची पकड सुटून सरडाही खाली पडला आणि धावत खंदकात दिसेनासा झाला.

तेवढ्यात शहरसंघचालक आल्यानं व्हिसल वाजली. खाली टाकलेले दंड उचलून घेऊन सगळेजण दक्षमधे उभे राहिले. शाखाप्रमुखाला त्यांनी काहीतरी सांगितलं आणि घाईनं सायकलवर टांग टाकून ते परत निघून गेले.

संयुक्त शाखा आज रद्द करण्यात आली होती. प्रत्येकानं आपापल्या शाखेवर जायचं होतं.

संयुक्त शाखा का रद्द झाली, हे सदूला कळेना. तरुणांच्या मागून चालत तो त्यांची बोलणी ऐकू लागला, 'रेडिओवर सांगितलं', 'शीख आहे', 'पायाला पिस्तूल बांधलंतं', असं काही त्याला ऐकू येत होतं. न राहवून त्यानं विठ्ठलला विचारलं,

"काय झालं रे?"

"गांधींचा खून झाला."

सुरुवातीला सदूला काही कळलं नाही. मग एकदम उजेड पडला डोक्यात : गांधींचा खून झाला. गांधी त्याला माहीत होते. एका गालावर मारलं तर दुसरा गाल पुढं करीत ते. नेभळट. त्यांनीच पाकिस्तानला पंचावन्न कोट रुपये दिले होते. धावत, ठेचकाळत तो बरोबरीच्या मुलांच्यात आला व मोठ्यानं म्हणाला,

"अरे, गांधीलमाशी मेली म्हणे."

"हॅट, कशावरून?"

"विठ्ठलनं सांगितलं आत्ता. म्हणूनच संयुक्त शाखा रद्द झाली आज."

"मस्त. सव्वाशे वर्षे जगणार होता नाही म्हातारा!"

"अरे हट. एका गोळीत खलास."

४

रोजच्या संघस्थानावर ते पोहोचले तेव्हा दिवेलागण झाली होती. मळभ आल्यासारखं सगळं कुंद झालं होतं. त्यातच बाजारच्या कालव्यानं नि लाल धुळीनं भर पडत होती. सगळीकडं कसा गोंगाट, गर्दी वाटत होती. रानात असल्यासारखं सगळं अस्पष्ट, काळसर, अंधारं, चारी बाजूंनी भेवडणारं वाटत होतं. शुक्रवारी या वेळेस माणसं बाजार करून परतत असायची. नदीच्या दिशेला गाड्या न् माणसांची रीघ लागलेली असायची. पण आज पानपतावरच्या भाऊगर्दीसारखा सगळीकडं गोंधळ वाटत होता. संघस्थानाच्या दोन्ही बाजूंच्या रस्त्यांवर माणसंच माणसं दिसत होती. त्यात नदीकडून बोडक्यानं येणाऱ्या अनेकांची भर पडत होती. शाखेकडं बघत माणसं रस्त्यावरच थबकत होती. घोळक्यानं पुढं सरकत होती. अनेकजण संघस्थानावर उभे राहिले. एरवी, शाखा चालू असताना कुणालाही संघस्थानावरून जाऊन दिलं जात नसे. पण आज ध्वज लावला जात असतानाच संघस्थान माणसांनी भरून गेलं होतं.

घोळक्यातले काहीजण थुंकत होते. काहीजण तर तिथंच उभ्यानं लघुशंका करत होते. 'च्या मायला या बामणांच्या...' असे अनेक आवाज उठत होते.

स्वयंसेवक ध्वजाला प्रणाम करीत असतानाच कुणीतरी ओरडलं, ''आरं, बंद करा ह्यो तमाशा.''

''हां हां, बंद करा, ते फडकं फाडा,'' असे अनेक आवाज प्रतिध्वनीसारखे लगेच उठले.

सगळे स्वयंसेवक एक वर्तुळ करून उभे होते. काही बोलण्याची किंवा खेळण्याची कुणाचीच हिंमत होत नव्हती. तांबड्या धुळीनं माखलेले कपडे, राकट, थिज़लेले चेहरे आणि तारवटलेल्या नजरा बघून तरुणांच्याही तोंडचं पाणी पळालं होतं.

तेवढ्यात शहरप्रमुख सायकलवरनं परत आले. त्यांनी लोकांच्या पुढं आलेल्या एका टोळक्याला सांगितलं, ''प्रार्थना घेऊन शाखा विसर्जन करतो आम्ही.''

''हां हां, आमी बघतोय न्हवं.''

''आरं, पारथना न्हाई क्येली एक दिवस, तर काय तुमचे पितर नर्कात जातील काय...''

''च्या मायला या संघवाल्यांच्या. यांची मुंडकी वेशीवर टांगली पाहिजेत.''

सदू घाबरून गट्ट झाला होता. पण शाखा संपल्याशिवाय घरीही जाता आलं नसतं. शिवाय वाटेत माणसं होती बुरुजासारखी उभी.

शहरप्रमुखांनी बालांना व शिशूंना घरी पोहोचवण्याची योजना आखली. सदूला ते म्हणाले,

''तू जवळच राहतोस ना?''

''हो, मला सोबत नको.''

सदू ओठात दात रुतवीत म्हणाला. तेवढ्यात एक तरुण म्हणाला,

''अरे, हा आपल्या वर्गातल्या कमलचा भाऊ ना?''

''हो.''

''अरे मग विठ्ठल पोहोचवील की त्याला - अगदी घराच्या आतपर्यंत!''

ते ऐकून सदूला धक्काच बसला. काहीतरी घाण अंगावर पडल्यासारखी त्याला विलक्षण शरम वाटली. विठ्ठल - आपल्याबरोबर तो इतकं बोलतो, ते आपल्या हुशारीवर खूश होऊन की आणखी कोणत्या कारणानं? आपल्यावर फार मोठा अन्याय झाल्यासारखं, आपल्याला कुणीतरी फार फसवल्यासारखं त्याला वाटलं. विठ्ठलशी पुन्हा न बोलण्याचा निश्चय त्यानं मनातल्या मनात करून टाकला.

प्रार्थना संपली. केव्हा एकदा घरी जातो, असं सदूला झालं होतं. वाड्यात जाऊन वाड्याचा मोठा दरवाजा लावून घेतला की कुणाला – बाबांना सोडून – भ्यायचं कारण नव्हतं. पण विसर्जन मिळताच संघस्थानावरचे लोक पुढं सरकल्याचं

त्यानं पाहिलं. शहरप्रमुखांच्या भोवती सगळ्या तरुणांनी कडं केलं होतं व ते विठ्ठलच्या घरी निघाले होते. त्याच्याभोवती माणसांची गर्दी वाढत होती. सदू केव्हाच बाहेर ढकलला गेला होता. पण त्याला गुदमरायला लागलं होतं. विठ्ठलचा वाडा सदूच्या मागच्याच गल्लीत होता. गल्लीच्या तोंडाशी तो घोळका पोहोचला तेव्हा सदू सुंदरबागेच्या कुंपणाशी होता. एकाएकी 'हाणा' 'मारा' असे आवाज उठले. गर्दीमुळं आणि कोपऱ्यावरून, झाडांच्या आडून पुढं सरकणाऱ्या काळोखामुळं काहीच कळत नव्हतं. काही लोक पळत येत होते. त्यातल्या एकाला थांबवून त्यानं विचारलं, "काय झालं?"

"संघाचा तो फुडारी आहे ना, त्याला गटारात आडवा टाकायला बघतायत मानसं. ह्ये मोठमोठे दगूड आणलेत."

सदूच्या काळजात लक्कन् हाललं. त्याला कच्कन शेपूट तुटलेला सरडा आठवला आणि त्यानं पळत घर गाठलं.

५

बाबा त्याचीच वाट बघत दारात थांबले होते. तो येताच त्यांनी त्याला खस्सकन् आत ओढलं आणि दिंडीदरवाजालासुद्धा मोठ्ठं कुलूप ठोकलं.

तोपर्यंत सदू स्वयंपाकघरात पोहोचला होता. आईनं त्याच्या पाठीवरनं हात फिरवत विचारलं, "कुठं गेलातास! गडबड दिसताच घरी नाही का यायचं? आता घे रागावून!"

तेवढ्यात बाबा आले. खस्सकन् त्याच्या बकोटीला धरून ओढत म्हणाले, "कुठं गेलातास? दिवेलागणीच्या आत घरी नाही येता येत? आजपासून शाखाबिखा बंद. काय खेळायचं ते घरी किंवा देवळापुढं."

पाठीतल्या धपाट्यानं सदू कळवळला. शर्ट अंगात असूनही त्याच्या पाठीची आग झाली. आई म्हणाली, "अहो, या वेळेला काय मारताय. आलाय ना तो घरी आता?"

आईच्या शब्दांनी त्याचं कष्टानं आवरलेलं रडू बाहेर पडलं. पण लगेच दरडावणीच्या सुरात बाबा म्हणाले, "हं रडायचं नाही भरल्या घरात. चल ऊठ. पाय धू, शुभंकरोती म्हण, रामरक्षा म्हण. एवढा घोडा वाढलाय..."

मनातली भीती दाबत सदू मोरीकडं वळला. पाय धुतानाही तो मुसमुसत होता. वडिलांचा त्याला भयंकर राग आला होता. तो मोठा असता तर त्यानं बाबांना चाबकानं मारलं असतं. बाबा आपल्याला छळतात, आईला -

त्याला एकदम दुपारची आठवण झाली. बाबांच्याबद्दलच्या संतापानं त्याच्या डोक्यात तिडीकच उठली. स्तोत्र म्हणत बसलेल्या आईच्या मांडीवर तो जाऊन बसला व आपला राग, रुसवा दाखविण्यासाठी तिला ढुशा मारू लागला.

विठ्ठलच्या घरासमोरचा दंगा अजूनही ऐकू येत होता. आईच्या मांडीवरून झटक्याने उठून सदू माडीवर गेला. वाड्यातील सगळीच माणसं जमली होती. आवाज घोंगावत येत होते. रस्ता माणसांच्या बोडक्या डोक्यांनी गच्च भरला होता. एकदम बंदुकीचे एकदोन आवाज ऐकू आले व मग कालवा उठला, "पेटवलं रे पेटवलं."

विठ्ठलच्या वाड्याच्या दारातून धूर येत होता. मग एकदम ज्वाळा आल्या. परत जोराचा धूर येऊ लागला. 'गांधी महाराज की जय'च्या कानठळ्या बसवणाऱ्या घोषणा उठल्या आणि ज्वाळांच्या जिभा आजूबाजूला पसरू लागल्या. धुराचे लोट अधिकाधिक उंच जात होते.

सदूचे डोळे चुरचुरत होते. छातीत काहीतरी दाटत होतं. त्याचा स्वत:च्या डोळ्यांवर विश्वास बसत नव्हता. घरासारखं घर - दगडमातीचं एवढं मोठं घर - पाचोळ्यासारखं पेट कसं घेत होतं हे त्याला समजेना. विठ्ठलच्या वाड्यातून आता मोठ्या ज्वाळा बाहेर पडत होत्या. विठ्ठलचं, शहराप्रमुखांचं काय झालं असेल, या विचारांनी तो व्याकुळ झाला. एवढं मोठं घर पेटलं असून विझवायला कुणी पुढं येत नव्हतं. उलट बाबा सगळ्यांवर ओरडत होते - "चला, खाली चला." आणि ते धाडधाड खिडक्या लावून घेत होते. बाबांनी त्याच्याही समोरची खिडकी लावली.

सदूचे पाय जमिनीला खिळल्यासारखे झाले होते. खिडकीच्या फटीतून ज्वाळांचा लाल उजेड दिसत होता - खिडकीच्या पलीकडंच जिभल्या चाटीत उभा होता तो. सदूला वाटलं, खिडकी उघडावी, आणि त्याला आत घ्यावं. म्हणावं - जाळून टाक, हा वाडा, ही माणसं - सगळं, सगळं जाळून टाक...

◆

(सत्यकथा, दिवाळी १९६७)

संध्याछाया

१

सुरेश दारातच थबकला. दाराला कडी होती. म्हणजे आई वाड्यातच असणार कुठं तरी. काकूंना सोबत करायला गेली असेल किंवा परसाकडेला. शेजारी कुणाला विचारावं, की एखादी हाक मारून अंदाज घ्यावा, हे त्याला ठरवता येईना. अर्ध्या तासात परतायला हवं. स्वप्नजाचा नट्टापट्टा करून मीना वाट पाहील फिरायला जाण्यासाठी. घड्याळाकडं पाहात त्यानं सायकलची किल्ली पँटच्या मागच्या खिशात टाकली आणि बंद दाराच्या उंबऱ्यावर रुमाल टाकून त्यावर तो टेकला.

आपल्याला असं परक्यासारखं उंबऱ्यावर बसलेलं बघून वाड्यातले लोक काय म्हणतील? त्याच्या मनात आलं. पण लोकांना माहीत होतंच – तो वेगळा राहात होता. किंवा, खरं म्हणजे आई वेगळी, स्वतंत्र, एकटी राहिली होती. त्याच्यापेक्षा – कुठल्याही मानवी नात्यापेक्षा – रमाबाईंना पैसा व सत्ता या गोष्टी अधिक प्रिय होत्या. अनेक वेळा आक्रस्ताळेपणानं, विशेषत: त्याचे वडील जिवंत असताना, त्यांनी हे जाहीर केलं होतं. वयाची चाळिशी उलटेपर्यंत त्यांना सत्ताही मिळाली नव्हती व पैसाही हातात आला नव्हता. त्यामुळं सासू-सासरे वारताच त्या वेगळ्या झाल्या व सुरेशचं लग्न होताच त्यांनी त्याला वेगळं बिऱ्हाड करायला सांगितलं. आता तो आठ-दहा दिवसांतून एखादी चक्कर टाकायचा, हवं-नको विचारायचा आणि परत जायचा. ना खंत ना खेद. रक्ताचं नातं – तोडून तुटत नाही. आणि तोडून तरी काय साधणार? म्हणून संध्याकाळची ही फेरी. अधूनमधून.

संध्याकाळ पुढं सरकत होती. तिच्या छायांनी वाड्याची जुनाट, बेढब, ढासळती व विद्रूप वास्तू गिळून टाकली होती. आता ती वास्तू म्हणजे एक आकार उरला होता फक्त; बाह्यरेषा अंधारात विरघळलेला गूढ आणि सनातन.

२

“सुरेश यायला झालाय. पण म्हटलं, उभ्याउभ्या येऊन जावं एकदा. मग एकदा अंधार झाला की मला नीट दिसत नाही नि पायऱ्या मेल्या या अशा वाईट्ट...” रमाबाई म्हणाल्या.

अंधाऱ्या, निर्विकार कोपऱ्यात खिळवलेली ती नजर रमाबाईंच्याकडे वळवीत काकू म्हणाल्या, “बसा.”

काकूंच्या खोलीलाच आजाराचा वास होता. गादीवरचा पलंगपोस विलक्षण मळला होता. सगळीकडे निळ्या, घाण माशांचे थवे घोंगावत होते. काकूंचे करडेपांढरे, तेलाचं बोट न लागलेले केस जुन्या स्वेटरच्या उसवलेल्या लोकरीप्रमाणे दिसत होते. सैल, कळकट पोलक्यातून स्तनांचं सुरकुतलं कातडं लोंबत होतं. पापण्यांच्या कडांना पिवळा द्रव साचला होता. डोळे विझू आले होते आणि तोंडावर एक भयाण भकासपणा होता.

“कुठं गेलीय सूनबाई?” रमाबाईंनी विचारलं.

“राजाराणी गेलीत फिरायला, मुलांना घेऊन. जाताना विचारून गेली. मी ही अशी अंथरुणाला खिळलेली महिनोगणती. माझ्यामुळं अगदी कुठं जाणं होत नाही त्यांचं.”

सावकाश एक एक शब्द उच्चारत, कष्टानं काकू म्हणाल्या. ते ऐकताना रमाबाईंना सूक्ष्म आनंद होत होता, आपलंच खरं ठरल्याचा. त्यांच्या मनात येत होतं, आपलं ऐकलं असतं तर असं खितपत पडायची पाळी आली नसती काकूंच्यावर.

रमाबाईंनी अनेक वेळा आपल्यासारखं स्वतंत्र राहाण्याबद्दल काकूंना सुचवलं होतं. काकू ज्याच्याजवळ राहात तो त्यांचा लांबचा पुतण्या होता. त्याला चार मुलं होती. स्वयंपाकपाणी करायचं, मुलांच्याकडे पाहायचं, घरातलं काय संपलं, काय आणायचं - सारं काकूच पाहात. म्हणूनच सुनेला नोकरी करता येत होती. पण रमाबाई म्हणत, “अहो, सख्खे काय, अन् चुलत काय, सगळे नातेवाईक म्हणजे मातीचे कुल्ले; ते केव्हातरी गळून पडणारच. शेवटी तुमच्या उपयोगी कोणी येणार नाही. त्यापेक्षा एकटीनं राहावं, चांगलंचुंगलं खावं, भजन-पुराणे करावीत, प्रवासी कंपन्यांतून यात्रा कराव्यात, म्हणजे कुणावर अवलंबून राहायला नको, कुणासाठी झिजायला नको निरर्थक.” पण हे काकूंना कधी पटलं नव्हतं. घरचं करायची, सत्ता गाजवायची त्यांना अनावर हौस होती. कित्येक वेळा त्या संतापत, चिडचिड करीत. पण पैसे जवळ असूनही वेगळं राहाणं त्यांना मान्य नव्हतं. त्या रमाबाईंना म्हणत, “हातपाय चालतायत तोवर वेगळं राहणं ठीक आहे. पण अंथरुणाला खिळल्यानंतर माझं कोण करणार? तुमचा मुलगा धावून येईल तुमच्यासाठी – काही झालं तरी

पोटचा गोळा. त्याचं आतडं तुटणारच – पण मीच लांब राह्यले तर माझ्यासारख्या वांझ रंडकीचं कोण काय करणार? पुतण्याजवळ राहातेय म्हणून लाजेकाजेस्तव तरी तो करील ना? मढ्यापुढं मडकं धरील ना?''

पण काकूंची अपेक्षा व्यर्थ ठरली होती. आजारी पडल्यापासून पुतण्या दोनदोन दिवसांत त्यांच्या खोलीकडे फिरकायचासुद्धा नाही. आला तरी लांब उभा राह्यचा, जुजबी प्रश्न विचारायचा आणि घाईघाईनं बाहेर पडायचा. मुलं लांबूनच डोकावायची आणि काकूंच्या चोरून खाण्याची टिंगल करायची; काकूंचा उल्लेख थेरडी म्हणून करायची. सुनेचा इलाजच नव्हता, म्हणून ती यायची, औषध वगैरे द्यायची, मोलकरणीनं बेडपॅन, तस्त इत्यादी स्वच्छ केलं की नाही ते पाह्यची आणि तेथून पळ काढायची. सगळ्यांनाच काकू नकोशा झाल्या होत्या. नासलेलं अन्न उकिरड्यावर फेकून द्यावं, तसं काकूंना मृत्यूच्या स्वाधीन करण्याची प्रत्येकाला घाई झाली होती.

आपलंच तत्त्वज्ञान बरोबर ठरत असल्याचा प्रत्यय आल्यामुळे रमाबाईंना बरं वाटत होतं. त्यांनी परत एकदा काकूंना सुचवलं,

''अजूनही माझं ऐका. कुठल्या तरी नर्सिंग होमात जा. पैसे दिले की तिथे सगळं व्यवस्थित होतं. का उगीच हाल काढताय पुतण्याच्या दारात?''

काकू निर्विकार होत्या. त्यांनी काहीच उत्तर दिलं नाही. थोड्या वेळानं त्या म्हणाल्या,

''एक घोटभर पाणी घालता का?''

रमाबाईंनी चमच्यानं ग्लुकोजचं पाणी काकूंच्या तोंडात घातलं. घोट गिळतानाही काकूंना त्रास होत होता. मग त्या म्हणाल्या,

''तुम्ही गेला तरी चालेल. तुमचा मुलगा आला असेल ना आज?''

तिथून बाहेर पडण्याची ही संधी रमाबाईंना पकडायची होती. पण लगेच उठणं वाईट दिसेल म्हणून त्या म्हणाल्या,

''तो आला तर काय, हाक मारेलच. आणि नाही भेटला आज, तर उद्या येईल पुन्हा. न येऊन सांगतोय कुणाला.''

क्षणभर त्या थांबल्या. त्यांना वाटलं, जाण्याबद्दल काकू पुन्हा एकदा सुचवतील. पण काकू गप्प होत्या. थकल्याप्रमाणं त्यांनी डोळे मिटले होते. अशात झोपसुद्धा लागायची काकूंना, रमाबाईंच्या मनात आलं. मग त्या आपणहूनच उठल्या व दाराकडे वळताना त्यांनी विचारलं,

''दिवा लावू का जाता जाता? अंधार झालाय.''

काकूंनी ओठांतल्या ओठांत 'नको' म्हणत मान हलवली आणि परत काळोखी कोपऱ्याकडे टक लावली.

रमाबाईंच्या पावलांचा आवाज येईनासा होताच काकूंनी चाचपडत उशाकडेचा गंगोदकाचा गडू घेतला. गडूच्या शेजारीच एका डबीत ठेवलेली पाच रत्नं व रुद्राक्षांची जपमाळ घेतली. शेवटच्या क्षणी ते गंगोदक व ती रत्नं कुणीतरी आपल्या तोंडात घालावी, एवढीच त्यांची इच्छा होती. मोठ्या कष्टानं हाताचा आधार घेत त्या अंथरुणावर बसल्या होत्या. तेवढ्या श्रमानं त्यांना धाप लागली आणि अंगभर अणकुचीदार वेदनेची जाळी गोंदली गेली.

३

"काय म्हणतीय तुझी मैत्रीण? सध्या मुक्काम जमिनीवर की स्वर्गात?" सुरेशनं आईला हसत हसत विचारलं.

"तुझ्या जिभेला काही हाड? त्या बिचारीची तुला काय अडचण होतीय?" कडी काढत रमाबाई म्हणाल्या. पण सुरेशचं बोलणं ऐकून त्यांना गंमत वाटली. चाचपडत त्यांनी दिव्याचं बटण काटकन दाबलं आणि सुरेशला एक पाट दिला. मग त्यांनी देवासमोरच्या पत्र्याच्या डबीतली काड्याची पेटी काढली, समईची काजळी झाडून ती त्यांनी लावली.

रमाबाईंनी पुढं केलेला पाट भिंतीच्या कडेला सरकवून घेत त्यावर सुरेश टेकला. आईशी बोलताना त्याला भीतीच वाटे. मोकळेपणाचा, सहजपणाचा आव आणीत बोलायचं, म्हणजे आधी मनातल्या मनात विचार करावा लागे, तयारी करावी लागे, शब्द शोधावे लागत. आई केव्हा व कशामुळे चिडेल आणि दूध उतू गेल्याप्रमाणं फसफसू लागेल याचा नेम नसायचा. वडील होते तेव्हा तेही असंच जपून बोलायचे.

रमाबाईंनी उदबत्ती लावली. मग त्या डोळे मिटून, हात जोडून काही वेळ स्तब्ध बसल्या. मग त्यांनी देवाला दुधाचा नैवेद्य दाखविला व तीच वाटी सुरेशपुढं ठेवत त्या म्हणाल्या,

"पिऊन टाक. का तुला चहाचं पाणी हवंय? टाकू का आधण? नाहीतरी मला आता स्टो पेटवायचाय."

सुरेशला शक्य तितक्या लवकर तेथून उठायचं होतं. शिवाय आईची चहा करायची इच्छा नाही हे त्यानं ओळखलं. म्हणून तो म्हणाला,

"नको. चहा नको. मला लवकर जायचंय."

"का? बायको वाट बघतीय वाटतं फिरायला जाण्यासाठी? का सिनेमाला जायचंय?"

सुरेशला वाटलं, या साध्या चौकशीतही विखार आहे, असूया आहे. कर्तेपणी आईला काही करायला न मिळाल्याचा, खेड्यात कुजावं लागल्याचा हा परिणाम आहे. आईच्या पुराणाला जाण्याचंही त्याला आश्चर्य वाटायचं. त्याच्या वडिलांना पूजेला जरा वेळ लागला, त्यांनी सुरेशला पूजा करायला सांगितली की ती पूर्वी आकाशपाताळ एक करायची. देऊळ घराला टेकलेलं होतं तरी ती कधी भजनाला गेली नाही की पुराणाला नाही. ती म्हणायची, हे रिकामटेकड्या बायकांचे उद्योग. तीच आई आता भजनापुराणात बुडली होती. हा बदल कसा झाला? वयोमानाप्रमाणं हे सगळ्यांचंच असं होतं? का कसली पोकळी भरून काढण्याचा हा प्रयत्न होता? का यात भीतीही होती अज्ञाताची - पांढऱ्या, गळणाऱ्या केसांतून नि अंगावरच्या सुरकुत्यांतून पुढे सरकणाऱ्या कसल्या तरी चाहुलीची?

रमाबाईंनी स्वप्नजाची चौकशी केली. अवघडत का होईना, पण मीनाबद्दल विचारलं. मग त्या म्हणाल्या,

"साखर संपल्ये घरातली. मी जीव म्हणून ठेवून देते थोडी तीही. जरा जास्तच मिळत्येय का बघ. तुझे इतके मित्र आहेत. पाच किलो तरी पाह्यजे. संक्रांत अगदी तोंडावर आली आत्ता न् घरात साखर नाही, असं कसं चालेल?"

"उद्याच आणून देईन."

सुरेश उठला. त्यानं पाट उचलून ठेवला आणि बाहेर पडता पडता तो म्हणाला,

"येतो हं."

४

कुकर उतरला. शिक्रण केली. मग रमाबाईंनी जेवून घेतलं. पण आज का कुणास ठाऊक त्यांना मागच्या आठवणी येत होत्या. मागच्या म्हणजे अगदी लहानपणाच्या, लग्न होण्यापूर्वीच्या. त्यांचं माहेर श्रीमंत होतं, निदान त्यांचं लग्न होईपर्यंत तरी होतं. पुढं सगळी इस्टेट त्यांच्या भावानं उधळली. पण श्रीमंत माहेरातून अकराव्या वर्षीच सासरी गेल्यामुळं त्यांना सासरशी - विशेषत: आपल्या कारकून यजमानांशी, थोरल्या जावांशी जमवून घेणं जमलं नव्हतं. आई लहानपणीच वारल्यानं त्यांना त्यांच्या मावशीनंच वाढवलं होतं. अर्थातच त्यांचे मनसोक्त लाड झाले होते. त्यांचा वाटेकरी शिदबा त्यांना खांद्यावर बसवून हिंडवायचा. हुरडा, काकवी, शेंगा – मनसोक्त खावं आणि जरीकाठी परकर-पोलकं नेसून गावभर हुंदडावं. त्या आठ वर्षांच्या असतानाच एक मामलेदार त्यांना बघायला आला होता.

काळे पंपशू, जरीकाठी धोतर, सोनेरी चश्मा, ओठावरच्या भरघोस मिशा – त्यांच्या मनात आलं, त्या बिजवर मामलेदाराशी लग्न झालं असतं तर? तो विचार त्यांना विचित्र वाटला. यजमानांपेक्षा त्या मामलेदाराचा चेहरा अधिक स्पष्टपणं आठवावा, हेही त्यांना विचित्र वाटलं. पण त्या 'तर' मध्ये दडलेल्या शक्यता डोक्यातून हालत नव्हत्या - डेक्कन जिमखान्यावर बंगला, मोटार, गडीमाणसं –

काकूंचं त्यांना राहून राहून आश्चर्य वाटत होतं. इतकं सहन करूनही ही बाई कोडगेपणानं पुतण्याकडं का राहिली? असं लाजिरवाणं जिणं जगण्यापेक्षा सरळ काही ना काही उपायानं आयुष्य संपवणं चांगलं. त्यांनी तेच केलं असतं असल्या परिस्थितीत. निदान तशी त्या धमकी तरी देत आल्या होत्या इतकी वर्षे - जरा काही मनाविरुद्ध झालं की त्या डोकं ताडताड आपटून घेत आणि म्हणत, "नदीत उडी घेईन." किंवा "पदर पेटवून घेईन."

दातांची कवळी काढून त्या डेंचराइटमध्ये ठेवत होत्या. तेवढ्यात काकूंची सून घाबऱ्याघाबऱ्या आली आणि कापऱ्या आवाजात तिनं विचारलं,

"काकू नाही ना इथं आलेल्या?"

रमाबाईंना धक्काच बसला. कुशीवर वळायची ताकद नसलेल्या काकू - ती नक्की काय विचारतीय हेही क्षणभर कळेना त्यांना. त्या म्हणाल्या,

"म्हणजे मी नाही समजले..."

"आम्ही फिरून आलो. मी साडी बदलली, भात टाकला आणि काकूंच्यासाठी साबुदाण्याची लापशी करून घेऊन वर गेले. खोलीत दिवा नव्हता. मला वाटलं त्यांना झोप लागली असेल. दिवा लावला तर त्या तिथं नव्हत्या."

"नव्हत्या - म्हणजे?"

"तेच तर शोधतोय. गेले दोनतीन दिवस त्या म्हणत होत्या, पडून राह्यचा कंटाळा आलाय. मला वाटलं खुरडत खुरडत तुमच्याकडं आल्या असतील कदाचित..."

ऐकता ऐकता रमाबाईंचं अंग प्लॅस्टरमध्ये घातल्यासारखं ताठरलं. चेहरा पांढराफटक पडला. तोंड उघडं टाकून त्या काकूंच्या सुनेकडं एकटक पाहात होत्या. त्यांच्या मनात आलं. तिच्याबरोबर शोधाशोध करायला बाहेर पडावं. पण वारं गेल्याप्रमाणं पायातलं त्राण संपलं होतं. उंबऱ्यातच बसकण मारत त्या म्हणाल्या,

"शोध बाई, नीट शोध सगळीकडं."

५

काकूंच्या खोलीत विजेचा प्लग जमिनीवर पडला होता. विजेचा शॉक घेऊन आत्महत्या करायचा काकूंनी प्रथम प्रयत्न केला असावा. थोड्याच वेळात विहिरीच्या काठावर त्यांची साडीचोळी सापडली. प्रेत सापडायला उशीर लागू नये म्हणून त्यांनी ती मुद्दामच काठावर ठेवली असावी. फायर ब्रिगेडच्या माणसांनी प्रेत बाहेर काढलं, पंचनामा झाला. जबान्या झाल्या. चिरफाड होऊन प्रेत दुसऱ्या दिवशी ताब्यात मिळालं. तिथूनच ते प्रेतवाहक गाडीतून सरळ स्मशानात नेण्यात आलं.

६

दुसऱ्या दिवशी साखर द्यायला सुरेश आला. दार नुसतं लोटलेलं होतं. नुसत्या सतरंजीवर रमाबाई पडून होत्या. चेहरा पदराखाली झाकला होता.

सुरेशनं साखरेची पिशवी कोपऱ्यात ठेवली. काय बोलावं हे त्याला समजत नव्हतं. काहीसं अपराधी वाटत होतं. त्यानं हाक मारली.

"आई..."

क्षणभर रमाबाईंनी काहीच हालचाल केली नाही. मग पदर बाजूला करीत हाताचा आधार घेत त्या बसल्या. संध्याकाळच्या सौम्य प्रकाशानंही त्यांचे डोळे दिपले. उठून त्यांनी चूळ भरली, डोळ्यांना पाणी लावलं व त्या सुरेशपुढं येऊन बसल्या. त्यांच्या बसण्यातही यांत्रिकता होती. त्या खाली जमिनीकडंच बघत होत्या. घसा दाटून आलेल्या आवाजात त्यांनी सुरेशला विचारलं,

"साखर आणलीस?"

काय करावं हे सुरेशला सुचेना. आईचं सांत्वन तरी तो काय करणार? काकूंचं त्या इतकं मनाला लावून घेतील, असं त्याला कधीच वाटलं नव्हतं. त्यांना कुणाबद्दलच जिव्हाळा नसावा, अगदी कोरड्या असाव्यात त्या, अशी त्याची समजूत होती. त्यांचे डोळे सुजल्याप्रमाणं तारवटले होते. तो म्हणाला, "काल मी काय बोलून गेलो चुकून, आणि लगेच...."

"चुकून होतं कधी कधी. बोलाफुलाला गाठ."

त्यांच्या समजूतदारपणाचंही त्याला आश्चर्य वाटलं. थोड्या वेळानं आपल्याशीच बोलावं तसं रमाबाई म्हणाल्या,

"किती विचारपूर्वक केलं त्यांनी सारं – न् कधी एका शब्दानं बोलल्यासुद्धा नाहीत त्याबद्दल. आजारानं मेल्या असत्या सरळ, तर वाटलं नसतं विशेष."

सुरेशला वाटलं, आई एकदम बरीच म्हातारी झाली आहे. त्यांच्या मागं कसली तरी अनाकार सावली उभी आहे, असा त्याला भास झाला. संध्याकाळ झाल्यामुळं खोलीतल्या सगळ्याच गोष्टींच्या छाया लांबल्या होत्या. एकमेकींत मिसळल्या होत्या.

मग खूप वर्षे आजारी असल्याप्रमाणं ओढलेल्या आवाजात रमाबाई म्हणाल्या, अगदी सावकाश –

''मी तुझ्याकडे राहायला येऊ का रे, निदान काही दिवस?''

◆

(सत्यकथा, ऑक्टोबर १९६७)

काळोखाचे थेंब

१

माधवची नजर भारल्यासारखी झाली होती. कुणीतरी जादूची फुंकर मारावी आणि सगळं कळत असूनही काही करता येऊ नये असं त्याचं झालं होतं. पापणीची कवाडं बंद व्हायला तयार नव्हती की बुबुळांची तबकडी फिरायला तयार नव्हती. छतावर जीवन-मृत्यूचं मुकं पण भीषण नाट्य उत्कर्ष-बिंदूच्या अलीकडंच अडकलं होतं. फिकट राखाडी कवचाची, आरक्त गोऱ्या पोटाची, भेदक चिमुकल्या नजरेची एक पाल आणि तिच्या पुढ्यातला काळोखाच्या थेंबासारखा एक किडा. त्या पालीनं माधवची नजर बांधून टाकली होती. जणू काही त्या किड्याच्या जीवनमरणावर त्याचं भविष्य अवलंबून होतं. एखाद्या शिल्पकृतीसारखी ती पाल निश्चल होती. तिच्या नजरेतील चमक सर्च-लाईटप्रमाणे इकडंतिकडं फिरायची. पण तो किडा मंत्रमुग्ध झाला होता, आपल्याला पंख आहेत हेही विसरला होता. त्याची सावलीसुद्धा हलत नव्हती पळभर. काळोखाच्या त्या थेंबाला अवयव नव्हतेच. एक टणक, गोल काळंकुळकुळीत कवच एवढंच त्याचं अस्तित्व. पालीचे गाल फुगले होते. शेपटीच्या टोकाला सूक्ष्म झटके बसत होते. ताणलेल्या धनुष्यासारखं अंग बाकदार झालं होतं. आणि विजेच्या चपळाईनं तिची जीभ तोंडाबाहेर लळलळत होती - काळा थेंब पिण्याच्या आशेनं.

माधव छताकडं टक लावून बसला होता. त्याला दुसरं काही दिसत नव्हतं. वीजगोळ्यांतून येणाऱ्या किरणांनी त्याच्या डोळ्यांत काळोखी वर्तुळं फिरायला लागली होती. पण तो आपली नजर हलवू शकत नव्हता. ती पाल, तिची झेप, तो किडा – यांतल्या कुणाच्यातच त्याला स्वतंत्रपणे रस नव्हता. तरीही छत, पाल व किडा या गोष्टी एकत्र येताच असा एक व्यूह तयार झाला होता, की त्याचं

स्वत:चं अस्तित्व त्यात गरगरत होतं. त्याचं सारं जग थांबलं होतं, या व्यूहाचा भेद जाणण्यासाठी. जणू त्या भेदावर सारं भविष्य अवलंबून होतं टिकटिकणाऱ्या या क्षणाचं. या क्षणाला जे घडणार होतं त्यावर पुढच्या क्षणाला काय व्हायचं हे ठरणार होतं. पुढच्या क्षणावर त्याच्या पुढचा क्षण. अशी ही साखळी अनंतापर्यंत. तो श्वास थांबवून वाट पाहात होता. काहीतरी घडलं पाहिजे. थांबलेली चक्रं गरगरू लागली पाहिजेत.

पण तेवढ्यात घर्र्र् करीत विजेची बेल किंचाळली. म्हणजे त्या क्षणाच्या पोटी हेच भविष्य होते तर. त्या नाट्याचा उत्कर्षबिंदू गाठलाच जायचा नव्हता.

माधव सावकाश उठला. दृष्टीला गरगरवणारी रंगीबेरंगी वर्तुळे पापण्यांच्या फटकाऱ्याने उडवीत तो दरवाज्याकडे गेला. दाराची मूठ हलत होती. सापडतच नव्हती हातात. मग क्षणभर स्थिर राहून, पवित्रा घेऊन मुठीवर झडप. गार मूठ घट्ट धरून दार उघडलं एकदाचं. दारात नंदिनी. एखाद्या परीसारखी शुभ्र पांढऱ्या साडीत. पिवळट गोरी कातडी, कानात चमचमणारे खडे, नाकात नाजूक धारदार चमकी - उडी घ्यावी एखाद्या पशूसारखी, लचके तोडावेत मुलायम गोऱ्या कातडीचे, गरम रक्तमांसाचे. जीव ओवाळून टाकावा नंदिनीच्या कणाकणाला डसताना...

नंदिनी आत आली. डोळे, कानातले खडे व चमकी यांच्यावरून परावर्तित झालेले किरण गाल, हनुवटी, कपाळ यांच्यावर चमकत होते. चर्येवर एक हसू होते. लडिवाळ, विजयी, कंटाळा लपवणारे. तिने चपला काढल्या. कारची किल्ली टिपॉयवर भिरकावली, किंचित कलती मान करून ती गोड हसली त्याच्याकडं बघून, त्याचं देणं देऊन टाकल्यासारखी आणि कपडे बदलायला ती आत गेली.

ती होती तोवर सगळा हॉलच वेगळा होता. मंद लाटांच्या मोठ्या तलावात सूर्यकिरणांमुळे सगळे आसमंत झगमगू लागावं तसं झालं होतं. त्या झगमगीची मंद उष्णता तळपायापासून कानशिलांपर्यंत कातडीतील कणाकणाला जाग आणीत होती. विजेचे सूक्ष्म धक्के बसल्याप्रमाणं कातडी ताणली जात होती, हाडामध्ये सुखद कळ उठत होती. ती आत गेली आणि खोली भकास झाली. रिकामी. रिकाम्या नाट्यगृहातल्या निर्जीव, ओबडधोबड रंगभूमीसारखी.

सगळं नाटकातल्यासारखंच वाटत होतं माधवला आज. आपला हॉल म्हणजे चौथी भिंत न हलवलेलं नेपथ्य. ''एका श्रीमंत, रसिक पण भावनाप्रधान व भोळ्या माणसाच्या घरातील दिवाणखाना. या घराचा मालक माधव प्रधान. वय सुमारे तीस. लग्न नुकतंच झालेलं. पडदा वर जातो तेव्हा तो छताकडे पाहात बसला आहे. थोड्या वेळानं बेल वाजते. नंदिनी - माधवची रूपसंपन्न पत्नी, वय २८ - प्रवेश करते.'' पुढं काय? माधव नंदिनीला काय म्हणतो? पुढं काय होतं हे जाणून

घेण्यासाठी माधवनं वाटेल ते केलं असतं. पण या नाटकाला लेखक नव्हता, प्रेक्षक नव्हता. आपणच आपले लेखक - पण तसं वाटत तर नव्हतं. राहून-राहून मनात येत होतं, आपण एक बाव्हलं आहोत. जे घडलं ते अपरिहार्यच होतं, जे घडेल तेही अपरिहार्यच असणार. आपण कोणीतरी कळसूत्री बाहुल्या.

नंदिनी प्रवेशताच नाटकातला माधव काय करील? सकाळी आलेलं अविनाशचं पत्र तिच्या अंगावर फेकून त्याचा जाब विचारील? तिला ताडताड टाकून बोलेल? ताडकन तिच्या तोंडात मारील? की शांतपणानं घटस्फोटाच्या तयारीला लागेल? यातल्या कशात नाट्य आहे? माधवच्या भूमिकेतून उमलणारी कुठली घटना यातली? हेच नाही समजलं नाटककाराला, तर नाटक खोटं वाटेल, फसवं वाटेल.

माधवच्या मनात आलं; आपण असा का विचार करतोय? सेल्फ-ड्रॅमटायझेशन हीही एक विकृतीच आहे ना? आणि अविनाशचं पत्र नाटकात कसं बसणार? त्यातला आशय प्रेक्षकांना कोण सांगणार? अविनाशचं पत्र. तळतळाट आणि शुभेच्छा यांचे विलक्षण रसायन. आल्या क्षणापासून ते माधवला जाळत होतं. बेंबीच्या देठातून उगवलेल्या शब्दांना काही अमानवी सामर्थ्य असेलच तर – पण अविनाशचं असं व्हायला नको होतं. नंदिनीनं असं करायला नको होतं. नंदिनी म्हणजे एक नागीण आहे – रूपवान पण विषारी नागीण.

२

कपडे बदलून नंदिनी दिवाणखान्यात परतली. खिडक्यांची दुधी तावदानं बंद होती. बाहेरच्या प्रखर प्रकाशाला आत यायची बंदी होती. इथला प्रकाश पिंजलेल्या कापसासारखा मऊ, राखाडी होता. गुबगुबीत काळ्या मांजराप्रमाणं तो दिवाणखान्यात रेंगाळत होता. सावध संथपणानं माधवकडे पाहात एक खोटं हसू तिनं जिवणीवर जडवलं. पण माधवचे डोळे त्या संधिप्रकाशात स्पष्ट दिसत नव्हते. तो विलक्षण स्तब्ध होता. त्याच्या पापण्याही हलत नव्हत्या. एकटक तो पाहात होता तिच्याकडं. इतकं रोखून की ती जणू पारदर्शक होती. किंवा तिथं नव्हतीच ती आणि तो तिच्या आरपार पाहत होता.

हा आपला नवरा, तिच्या मनात आलं, पती - यजमान - हं! हॅं:! गंमतच आहे. किती भयंकर बदल होतो अगदी थोड्या दिवसांत! आपण माधवशी लग्न करू हे सहा महिन्यांपूर्वी तिला स्वप्नातही खरं वाटलं नसतं. तिच्या कल्पना किती भिन्न होत्या! तिची मतं किती वेगळी होती! माधवला ती पेलणं शक्यच नव्हतं. त्याला सांगितलीही नव्हती ती तिनं. तो केवळ 'मित्र' होता. एक परिचयाचा तरुण

होता, एवढंच. वडिलांनी सुचवूनही तिनं 'त्या' दृष्टीनं त्याचा कधी विचारच केला नव्हता. तिला वाटायचे, तो नुसता वयानंच वाढला आहे. जगाचे टक्केटोणपे त्याला कधी खावेच लागलेले नसावेत. इतका भोळा, इतका सरळ मनाचा, इतका-इतका लहान पोरासारखा. त्याचं कौतुक वाटेल, त्याच्याशी खेळावंसं वाटेल, पण त्याच्याशी लग्न? त्या विचाराचंही तिला हसू यायचं.

अजगराच्या विळख्याप्रमाणं वळसे घेत थकवा हातापायांतून वर चढत होता. डॉक्टरांनी सांगितलं होतं, पूर्ण विश्रांती घ्या. अगदी बेडरेस्ट.

पण माधवला सगळं सांगितलं पाहिजे. कधीतरी त्याला ते कळणारच. कितीही भोळा, बावळट असला तरी त्याच्या ते लक्षात येणारच. मग तो विचारील सगळं. त्यापेक्षा सगळं आपणच सांगितलेलं बरं. निदान सगळी सूत्रं आपल्या हातात राहतील. वेळ, शब्द या सगळ्यांचा चॉईस आपला असेल आणि तो मात्र अनपेक्षिततेमुळं गोंधळून जाईल, चकित होईल. विचार करायला वेळच मिळणार नाही त्याला. त्यामुळं आपला मुद्दा त्याच्या गळी उतरवता येईल. फार त्रास व्हायचा नाही. थोडं नाटक करावं लागेल. पण ते कठीण नाही. विशेषत: वेळेची निवड आपली असली, डोकं थंड असलं, तर एखाद्या कसलेल्या नटाच्या कौशल्यानं पार पाडू आपण सारा प्रसंग.

कसं सांगावं त्याला? आणि केव्हा?

-आत्ता? आणि सुरुवात कशी करावी?

३

माधव मनाशी म्हणत होता – सगळं स्पष्ट विचारायचं. चेहरा शक्य तितका निर्विकार व आवाज कोरडा ठेवायचा. एखाद्या मृत शरीराचं विच्छेदन करावं इतक्या थंडपणानं आपल्या संबंधाचं, नात्याचं विच्छेदन करायचं. रागाच्या किंवा आणखी कशाच्या आहारी जाणं म्हणजे स्वत:चा पराभव कबूल करणं. अविनाशचं पत्र पहिल्यांदाच वाचताना त्याला वाटलं होतं – अविनाशनं अक्षरांच्या ऐवजी त्यांचे तापलेले खिळेच पाठवले आहेत. पण मग त्यानं खूप विचार केला होता. नंदिनी काय म्हणेल, कोणत्या सबबी सांगेल, कोणते खुलासे करील याचा अंदाज बांधायचा प्रयत्न केला होता. आपण काय बोलायचं, कोणत्या क्रमानं बोलायचं, काय युक्तिवाद करायचा, कोणते शब्द वापरायचे, आवाज कुठं चढवायचा, याचाही त्यानं विचार केला होता. अविनाशची आत्महत्या हा हुकमाचा एक्का – तो आधी नाही उघड करायचा. नंदिनीवरचं आपलं प्रेम, तिच्या सोलीव सौंदर्याचं आकर्षण

आवरायचं. निदान तसा प्रयत्न करायचा. आणि भेदक नजरेनं तिच्याकडं रोखून पाहात, थंड आवाजात तिला म्हणायचं...

४

"अविनाशचं पत्र आलंय आज." माधव म्हणाला.

नंदिनी चमकली. आश्चर्यानं तिची जिवणी किंचित विलगली. भुवया उचलल्या जाऊन कपाळावर रेषांची जाळी उमटली आणि घशातून नकळत एक घुसमटल्यासारखा आवाज आला. पण लगेच तिनं स्वत:ला सावरलं. त्यानंही खुलासा विचारायला हीच वेळ निवडली होती तर? – किंवा आजच अविनाशचं पत्र आणणाऱ्या नियतीनं! पण ती तयार होती. अचानक झालेल्या हल्ल्याच्या वेदनेनं विलगलेल्या जिवणीवर तिनं एक स्मित लटकावलं आणि निष्पाप आश्चर्यानं विचारलं, "असं?"

माधवनं स्वत:ला विचारलं, आता पुढं काय? तिच्याकडे रोखलेली नजर एक पळभरच त्यानं उचलली आणि छताकडे पाहिलं. पण मग पुन्हा प्रयत्नपूर्वक त्यानं तिच्याकडे टक लावलं. एखाद्या पोर्ट्रेटमधल्या रंगांप्रमाणे आता तिच्या चेहऱ्याचं विघटन होत होतं. तिच्या भुवया, पापण्या, केसांची महिरप, नाक - सगळं वेगवेगळं दिसत होतं. जणू तिच्या चेहऱ्याचे घटक वेगळे करून एका बरणीत मांडून ठेवले होते. मग तो प्रयत्नपूर्वक म्हणाला, "त्यानं सगळं स्पष्ट लिहिलंय - तुमच्या पूर्वसंबंधांबद्दल."

शेवटच्या शब्दावर जोर देताना आपलेही ओठ व डोळे आपले नाहीत असं त्याला वाटत होतं.

नंदिनीनं स्वत:ला सावरलं. सूत्र आपल्या हातात घेतलं पाहिजे. तरच संभाषणाचा ओघ आपल्याला हव्या त्या दिशेला वळवता येईल. नाहीतर माधव नेईल तिकडं वाहत जावं लागेल. हिसकावूनच घेतलं पाहिजे त्याच्या हातातून हे संभाषणाचं सूत्र. धक्का दिला पाहिजे त्याला जबरदस्त.

"त्याच्यापासून मला दिवस गेल्याचंही लिहिलंय का त्यानं?" तिनं विचारलं.

नंदिनीच्या या पवित्र्यानं माधव चमकला. ती अशी सुरुवात करील हे त्याला सुचलंच नव्हतं. ती घाबरेल, नाकबूल करील, मग आपण ते पत्र तिच्या तोंडावर फेकू असं काहीसं त्याला वाटलं होतं. पत्र वाचल्यावर ती काय करील याबद्दल तो साशंक होता. पण नंदिनीनं त्याला प्रारंभीच धक्का दिला होता. स्वत:लाही नकळत, अस्पष्टशा आवाजात तो पुटपुटला, "हो."

"आणखी काय म्हणतोय अविनाश? त्याची उदात्त प्रीती, त्याचं काव्य,

त्याचा ध्येयवाद शेवटी या असल्या क्षुद्र पातळीवर आला तर!''

नंदिनीच्या शब्दाशब्दांत तुच्छता भरलेली होती. तिला त्यासाठी फारसा प्रयत्न करावा लागला नव्हता. पूर्णपणानं सावरली होती ती. तिच्या हल्ल्याची दिशाही निश्चित झाली होती. आपोआप. अविनाशलाच जबाबदार धरायचं झाल्या प्रकाराबद्दल. आपल्यावर अन्याय झाल्याचा कांगावा करायचा, परिणामकारक.

''नाही, नाही. म्हणजे मला नाही लिहिलेलं पत्र त्यानं. हे सगळं मला कळवून तुझ्यावर सूड घ्यावा यासाठी नाही लिहिलेलं त्यानं ते. पत्र तुझ्याच नावाचं होतं. पण मी फोडलं.''

''अस्सं! आणि तू म्हणे शिकलेला. सुसंस्कृत. दुसऱ्याची पत्रं वाचतोस चोरून!''

माधवला क्षणभर बरं वाटलं. नंदिनी चिडली होती. म्हणजे तिचा स्वत:वरचा ताबा सुटत होता. त्याला तेच हवं होतं.

''दुसऱ्याची कसली? तू काही कोणी परकी आहेस? आणि चोरून तरी कुठं? पत्र आलं तेव्हा तू घरी नव्हतीस. साहजिक ते माझ्या हातात पडलं. मी फोडलं.''

''...आणि वाचलं ते.'' नंदिनीनं त्याला मधेच थांबविलं. ''मग आता तुला काय हवंय? खुलासा? घटस्फोट? की आदळआपट करून जुन्या नवऱ्यांच्याप्रमाणे मला मारणार आहेस तू?''

माधव पुन्हा चकित झाला. एखाद्या बर्फाच्या खड्यासारखी ती पुन्हा त्याच्या हातातून निसटली होती. तिच्याबद्दलचे त्याचे अंदाज तिनं पुन्हा सहजपणे ओलांडले होते. अगदी कड्यावर उभी असूनही तिनं तोल सावरला होता स्वत:चा. काय उत्तर द्यावं हे न सुचून तो तिच्याकडं पाहात राहिला नुसता क्षणभर. त्या राखाडी संधिप्रकाशातही तिचा चेहरा पितळी मुखवट्याप्रमाणे कठोर, क्रूर आणि भयंकर रेखीव वाटत होता.

''खुलासा - शक्य असला तर. अविनाशला का फसवलंस तू? माझ्याबद्दल काहीच वाटत नाही तुला? तरी तू का लग्न केलंस? मला का फसवलंस?''

शेवटी शेवटी माधवचा आवाज त्याच्या इच्छेविरुद्ध रडवा झाला होता.

''सांगते. सगळं सांगते. नाहीतरी तुला सांगायचं ठरवलंच होतं मी. पण एक लक्षात ठेव - अविनाशला मी फसवलं नाही. आणि तुलाही नाही. अविनाशला मी सारं स्पष्ट सांगितलं होतं, पहिल्यापासून. तरी त्यानं ऐकलं नाही माझं. आणि तू स्वत:च फसलास. गेली दोन वर्षे आपली ओळख आहे. अविनाशची मैत्री मी कधी लपवून ठेवली नाही तुझ्यापासून. आम्ही एकत्र हिंडतो - अवेळीसुद्धा. हे माहीत होतं तुला. पण तुला मी पाहिजे होते. तुला वाटलं, लग्न झाल्यावर विसरेन मी अविनाशला. स्वार्थासाठी माझ्या वर्तनाकडे दुर्लक्ष करायला तू तयार होतास. तुला

वाटत होतं, आम्ही फार पुढं गेलो असणं शक्य नाही. तू वेडा झाला होतास माझ्यासाठी. माझ्या प्राप्तीसाठी तू काय करायचं शिल्लक ठेवलंस? उंची भेटी दिल्यास. आपल्या वैभवाचं प्रदर्शन मांडलंस, भावुकतेचा डोलारा उभारलास. तुला हवी होते मी - माझं शरीर - गोरं, गोल, सुंदर. सगळ्याच पुरुषांचं असंच असतं. सुंदर बाई दिसली की तुमच्या तोंडात लाळ गोळा होते. सगळा सारासार विचार विसरता तुम्ही. काय वाटेल ते करायला तयार होता. सुंदोपसुंदांचं उदाहरण आहेच की पुराणात. लग्न हा एक मुलामा त्या अभिलाषेवरचा. लहानपणापासून मी बघत आलेय, लग्न झालेले मोठेमोठे पुरुषसुद्धा चळायचे मला पाहताच. सिनेमाला चल म्हणायचे. हॉटेलात न्यायचे. घरी मी एकटी असण्याची संधी साधून यायचे. त्या सगळ्यांपासून मी एक शिकले. स्त्री-पुरुषसंबंध हा एक व्यवहार आहे. त्यात जास्तीत जास्त फायद्याची दृष्टी ठेवणं जरूर असतं. लग्न हा सुद्धा एक व्यवहार आहे. त्याला पावित्र्य, दैवी योजना, प्रेम यांची बेगड चिकटविणं मूर्खपणाचं आहे. पण या असल्या खोट्या कल्पनांच्यात अविनाशही फसला आणि तूही फसतोयस. जगात व्यवहार महत्त्वाचा. आणि पैसा. अविनाशकडे पैसा नव्हता. तो मिळविण्यासाठी तत्त्वज्ञान बाजूला ठेवणंही त्याला पटत नव्हतं. मी त्याला खूप सांगितलं. पण तो म्हणे गरिबीतही आपण सुखी राहू. मी म्हटलं, त्यापेक्षा चाललंय तेच चालू दे. वाटलं की आपण जवळ येऊ - वाटेल तितकं. त्यासाठी लग्न कशाला करायचं? पण त्याला लग्नच करायचं होतं माझ्याशी. मी त्याला एकट्याला हवी होते! आणि मग तो घोटाळा. इतकी काळजी घेऊनही. मला अविनाशशी लग्न करायचं नव्हतं, निदान तो श्रीमंत होईपर्यंत तरी. वाटेल ते उपाय करून माझं सौंदर्य – आणि माझा जीवही धोक्यात घालवयाचा नव्हता मला. म्हणून मी तुझ्याशी लग्न केलं. तू श्रीमंत आहेस. चांगला दिसतोस. शिवाय मला हवं ते स्वातंत्र्य मी मिळवणारच होते तुला हे सगळं सांगून. बरं झालं अविनाशचं पत्र आलं. शेवटी तोही क्षुद्र ठरला. त्यानंही आपलं तत्त्वज्ञान वगैरे गहाण ठेवलं. असाच शिकेल तो व्यवहार हळूहळू – टक्केटोणपे खात. आणि मग माझे आभारच मानील तो.''

५

नंदिनीनं थकून डोळे मिटले आणि मान मागं टाकून ती कोचावर रेलली. एखाद्या भारलेल्या किड्याप्रमाणं माधव तिच्याकडं पापणी न हलवता पाहत होता. आपल्याला काय वाटतंय हे त्याला कळत नव्हतं. खूप गरगर फिरल्यावर भोवंडल्यासारखं व्हावं तसं त्याला झालं होतं. डोळ्यांपुढे काजवे चमकत होते. दिशा कळत

नव्हत्या. काही वेळ तसाच गेला. प्रथम नंदिनीच भानावर आली. सरळ बसत ती म्हणाली, ''उठूया आपण आता. तू सावकाश विचार करून निर्णय घे.''

तिच्या शब्दांनी त्या मंतरलेल्या वातावरणाचा ताण सैल झाला. माधवचं आपल्या हातातल्या पत्राकडं लक्ष गेलं.

''एक मिनिट थांब.'' तो म्हणाला, ''पत्राचा शेवट सांगायचा राहिलाय. हे पत्र लिहून आत्महत्या केलीय त्यानं – गळफास लावून. मृत्यूपूर्वी एका मित्राकडं ठेवलं त्यानं पत्र – मृत्यूनंतर पोस्टात टाकण्यासाठी.''

थरथर कापत होती नंदिनी. तिचा सगळा जोर क्षणात शुष्क झाला. ओठ गच्च आवळून, मुठी घट्ट वळून आणि पापण्या सताड उघड्या ठेवून ती सारा आवेग आतल्या आत जिरवायचा प्रयत्न करीत होती. माधव बोलतच होता, ''अविनाशच्या पत्राचं शेवटचं वाक्य आहे – 'माझा मृत्यू हा तुझ्या व्यवहारी जगाचा एक मूक निषेध आहे. तो तुझ्यापर्यंत पोहोचावा हीच माझी शेवटची इच्छा आहे.' ''

नंदिनीकडं बघता बघता माधवला वाटलं, पत्रातून आलेली एक काळोखी छाया क्षणोक्षणी मोठी होत आहे आणि नंदिनीचा बिंदू आपल्यात सामावून घेते आहे.

◆

(किर्लोस्कर, फेब्रुवारी १९७०)

''ट्यँहा''

उसळी मारून वर येताना अचानक डोह संपावा तशी झोप संपली. बंद पापण्यांतल्या काळोखानं गुदमरलेली जाणीव काही क्षण धडपडली. जिवाच्या आकांतानं. मग जागेपणाची सुई मेंदूत मंदपणानं गिरमटत चालली. मानेपर्यंत ओढलेली चादर. त्यामुळं अंग गरम झालं होतं. काखेतून, पाठीवरून घामाचे ओघळ. ओठावरून उशीवर झिरपणारी चूळ. तोंड पारोसं पारोसं. चूळ भरण्यासाठी शंकर वर सरकला आणि मांड्यांतून कळ उठली. अजून वेदना होतीच, पण तिचा ठणका कमी झाला होता. खातरी करून घेण्यासाठी त्यानं गुडघे वर घेतले. ते एकमेकांच्या जवळ आणण्याचा प्रयत्न करताच पुन्हा कळ. विसाव्यासाठी तो थांबला. मग भगभगीत प्रकाश आणि गरम झळा आत भरणाऱ्या खिडकीच्या चौकटीकडं पाहात राहिला. एकाएकी पायातली नडगी स्प्रिंगसारखी ताठ झाली. या खरपूस उन्हातून एखाद्या मॅटिनीला जावे किंवा झळा झेलत युनिव्हर्सिटीत. थिएटरमधला गार काळोख, सिगरेटचा खमंग धूर – त्या आठवणींचे पक्षी त्याच्या रक्तात पंख फडफडावू लागले आणि त्याला असह्य झाली हॉस्पिटलमधली शांतता, प्रेतासारखी.

खिडकीतून दिसणाऱ्या भिंतीवर पारवळं बसली होती. काळी, ढासळती, असंख्य पावसाळ्यांचे पाणी पिऊन फुगलेली भिंत आणि तिच्यावर तजेलदार राखी रंगाची गळ्याशी निळा पट्टा असलेली थरथरती पारवळं. चुना ढासळून भिंतीतले दगड सुटे झाले होते. गळ्यातल्या गळ्यात घुमणाऱ्या घुटर्घूमुळं पारवळांच्या माना टटतटून फुगल्या होत्या. त्यांच्या नखांच्या आणि चोचींच्या आघातांनी चुना आणखी ढासळत होता, दगड आणखीच सुटे होत होते आणि तरीही मख्खपणानं भिंत उभी होती - केव्हापासून.

रस्त्यावरून हॉर्नचा कर्कश आवाज. काळजात क्षणभर धडधड आणि शंकर सावध. उमाच्या गाडीचाही असाच हॉर्न – भाजणाऱ्या उन्हातून कशी येईल उमा? रिक्षा दूरदूर गेली. उमाही आडवी झाली असेल वामकुक्षीसाठी – विनोदी चित्रातल्या ढेरपोट्या शेटजीसारखी. ती जवळ हवी होती आता, या खरपूस वेळी. धनचंद – शेजारच्या कॉटवरचा पेशंट – केव्हाच गेला होता घरी. तो होता तोवर त्याचं अस्तित्व नाकारता येत नव्हतं; त्या सक्तीच्या साक्षीदाराला चुकवता येत नव्हतं. आता शंकर एकटा होता. अगदी एकटा. बोटं मोडून त्यानं दिवस मोजले. तेवढाच चाळा हाताला. चोवीस ते सहा म्हणजे फक्त तेरा दिवस राहिले. मग ती हॉस्पिटलमध्ये –

बघता बघता उमाच्या जवळिकीची इच्छा त्याच्या हातापायाच्या बोटांना चावे घेऊ लागली; मांड्यांना, कुल्ल्यांना कवटाळू लागली. कातडीच्या कणाकणाला उन्हाची धगधगती रेषा जाळू लागली. उमाचा तरी काय उपयोग? आपण अजून हॉस्पिटलमध्ये आणि तिचा नववा महिना नुकताच संपलेला. तरीही - ती जवळ हवी होती. आता हाताच्या बोटांतली हाडे ठसठसू लागली. ती त्यानं आपल्या छातीवर, तोंडावर खसखसून घासली, पाय जवळ घेतले आणि मांड्यांच्या मधल्या वेदनेचा आसूड फटकावला गेला. खांडोळी झालेल्या सापाच्या विकलपणानं उशीवर डोकं घासत तो पाहू लागला, खिडकीबाहेर. म्हातारी भिंत. भिंतीपलीकडे फिल्मी सूर, भांडी घासण्याचा खडखडाट. त्या पलीकडे – काय? कुणास ठाऊक. घड्याळाइतकं नियमित हॉस्पिटल, भोवती.

सकाळी पाच : उठणे

सहापर्यंत : तोंड धुणे, एनिमा नि आंघोळी

साडेसहा ते नऊ : ऑपरेशन्स

मग : इंजेक्शन्स, औषध, साफसफाई

की लगेच : झोप

एकदा हे हॉस्पिटल चालू झाले, आणि तेव्हापासून ते चालूच आहे. किल्ली न संपलेल्या खेळण्यासारखे. इथे अक्राळविक्राळ मृत्यू येतो, डॉक्टरचं सोंग घेऊन आणि पैशासाठी पेशंटच्या उरावर बसतो. इथे, डॉक्टर म्हणजे ईश्वर. ईश्वर म्हणजे मृत्यू. रबराच्या तुकड्यात हवा भरून फुगवलेला हा फुगा, फुटायची वाट पाहणारा आणि त्याच्याबाहेर? पलीकडे? हवा, कोळशाचा धूर, दम्याची थुंकी, क्षयाचे जंतू –

पडक्या भिंतीवर पारवळं येऊन बसत. कुठून येत ती? त्यांचं घुटर्घू, फिल्मी सूर, भांड्यांचा खडखडाट – एवढाच संबंध आता बाहेरच्या हॉस्पिटलशी – विश्वाशी. उन्हात रस्त्याकडेला बसलेल्या आंधळ्या भिकाऱ्याचा असतो, तेवढा.

आणि आपण साक्षीदार, सक्तीचे – पसाऱ्याचे आतबाहेरच्या. त्यावर सत्ता नसलेले काडीमात्र. अस्तित्वहीन खुंटांना बांधलं गेलेलं कुणीतरी.

धनचंदाचा एक खुंट – आता रिकामा. तीन पेठांतील तीन दुकानं, चार भाऊ व त्यांची बायकामुलं. शिवाय एकदोन विधवा म्हाताऱ्या. दिवसभर त्याच्या शेजारी कुणीतरी असेच, तो होता तेव्हा. त्याच्या बायकोला रक्तक्षय होता. लहान चणीची, टोपलंभर दागिने घालणारी ती फिकट बाई त्याला खालच्या मानेनं जेवायला वाढायची, समोर बसून हवं-नको बघायची, बटकीसारखी. 'माझं ऑपरेशन मुतखड्याचं.' धनचंद म्हणायचा. पण त्याला मूल नव्हतं, त्याचंही असेल. त्याच्या धाकट्या भावाची बायको आपल्या मुलाला घेऊन यायची, या नवराबायकोजवळ मुलाला द्यायची आणि आपण तोंडावरनं पदर घेऊन व्हरांड्यात बसायची. भिंतीवरची पारवळं पाहात. फारच करायला लागली तर शूः म्हणायची. हात वरखाली हलवायची, कळसूत्री बाव्हलीसारखी. शंकर उमाला म्हणायचा, एकत्र कुटुंबाचा हाही फायदा असतो तर; वांझ असूनही वात्सल्याची चैन करता येते!

बाहेर कुणीतरी बोलत होते. शंकरने ओळखला आवाज आणि संताप, चीड, कीव यांनी तो ओसंडून आला. उमाची वाट बघताना हे यावेत. तेही नेमके या वेळेला. ऑपरेशनच्या वेळी गावाला गेले आणि आता बसतील बावळट चांभारचौकशा करून काळजी दाखवीत. आपण लवकर हलणार नाहीत आणि उमाशीही मोकळेपणानं बोलू देणार नाहीत.

वडील या शब्दाचा आणि वडाचा काही संबंध असेल? दोघांनाही पारंब्या फुटतात. शंकरच्या डोळ्यांसमोर ते आवाजातूनच उभे झाले. काळी मेणचट टोपी, महिन्याचे वाढलेले पांढरेकाळे केस, सरळ नाक, छपरी मिशा, टांग्याच्या घोड्याचे म्हातारे डोळे आणि मळकट बिनइस्त्रीच्या शर्ट-लेंग्यातून बीभत्सपणानं पुढं आलेलं पोट.

अजून ते बोलतच होते बाहेर. बहुधा त्या काळ्या, ठेंगण्या, लाल कुंकवाची उभी चीर लावणाऱ्या गच्च सिस्टरशी. लंपट. जरा कुठे पदर फडफडताना दिसला की गप्पांची लाळ सोडत चिकटले तिथं. आपल्या लंपटपणाचा उगम यांच्या बीजातच. सिस्टरजवळ एवढ्या कसल्या चौकशा? एन्ट्रन्सशी असलेला बोर्ड बघायचा आणि सरळ खोलीत यायचं. शंकरला वाटले, आपले निमित्त करून त्या नर्सशी नजरेनं संभोग करताहेत ते.

"शंकरला झोप लागलीय का?"

- लागली असली झोप तरी तू थोडाच परत जाणार आहेस!

"भेटायची वेळ कोणती?"

- तेवढं माहीत नाही? आणि माहीत नव्हती वेळ, तर आत्ता कशाला आलास?

"शंकरची तब्येत कशी आहे?"

– आत येऊन बघ की. तिला काय विचारतोयस?

"ऑपरेशन कसं झालं?"

– आत्ता विचार. टाकेसुद्धा तोडले काल.

दारात शंकरचे वडील उभे होते. शनिवारवाड्याच्या ढासळत्या भिंतीसारखे किंवा जुनाट हट्टी दम्यासारखे. ते दारात थांबले. खिशातल्या नॅपकिनने त्यांनी तपकिरीचे नाक साफ केले. त्यांची सिस्टरवरची नपुंसक नजर अजूनही हलत नव्हती. सिस्टर शंकरला म्हणाली, "तुमचे व्हिजिटर." आणि ओठांचा लाघवी चंबू करून हसली. शंकरने ठरवले, ओठांचा चंबू आपल्यासाठी आणि म्हाताऱ्यासाठी कपाळावरच्या, चिरीला पडलेली आठी. सिस्टर निघून गेली तरी तिच्या पाठीला ते, "थँक्यू, थँक्यू हं व्हेरी मच" म्हणत होते. त्याला वाटलं त्यांना ओरडून सांगावं : 'तुम्ही मला भेटायला आलाहात, तिला नव्हे.'

शंकरनं स्वत:लाच विचारलं : याचा न् माझा संबंध काय? याच्या पोटी आपण आलो, हा केवळ योगायोग की आपल्याला न आकलणारी नियती याच्या बुडाशी आहे? कारण काहीही असो; परिणाम अटळ आहे. आपण तो भोगतोय. आपण कोण कुठले, याच्या बायकोच्या पोटी आलो आणि आपल्यालाच हरवून बसलो. अटळ भविष्याला बांधले गेलो. याच्या वर्तुळाच्या परिघानं आपल्याभोवती कडे केले. याच्या इतिहासाच्या क्रूसावर आपण टांगले गेलो. आपल्या चेहऱ्यावरही शिक्का याच्या बापशाहीचा आणि आपल्या स्वभावातही छाया याच्या लालसेच्या, क्षुद्रपणाच्या. हा, याचे नातेवाईक, याची बायको, यानं बीजारोपण केलं ती वेळ, तो गाव. असंख्य बापांच्या मांड्यांतून ओवलेली ही अखंड माळ, रक्तगोलकांना विणणारी, वाढवणारी. शोपेनहॉवर म्हणतो : ही नाळ तोडली पाहिजे. मानवी दु:खावर एकच उपाय – कुणालाही जन्माला न घालणं, आणि आधीच जन्मलेल्यांनी आत्महत्या करणं – "हे फेरे मर्द बापापायी" – आपण सक्तीनं आलो या जगात आणि आता मरेपर्यंत सक्ती या जगण्याची. मनुष्य म्हणजे मांड्यांच्या मधल्या पिशवीत कोंडलेला प्रॉमीथ्यूस.

शंकर वडिलांच्याकडं पाहून हसला.

– मनातून कितीही शिव्या दिल्या,

"हो."

– किंवा तुटक बोललं,

"नाही. मी बघत होतो सारं ऑपरेशन."

– तरीही बाप हा बापच. त्याच्याशी 'जनरीत' सोडून कसं वागायचं?

"भूल नव्हती दिली?"

"फक्त कमरेखालचा भाग बधीर केलाता."

"पूर्वी भूल देत. बत्तीस साली, माझं पाईल्सचं ऑपरेशन झालं. बेळगावला..."

तीस-पस्तीस वर्षांपूर्वीची गोष्ट. अनेक वेळा ऐकलेली. ऑपरेशनचा विषय निघाला की प्रत्येक वेळेला नव्यानं ऐकावीच लागणारी. एक पाईल्सचं ऑपरेशन किती दिवस पुरवायचं?

ते बोलतच होते. त्यांच्या मिश्यांवर नाकातल्या पाण्याचा ओघळ आला होता. तपकिरीमुळं काळा. ते तो पुसत नव्हते आणि तो पुसा म्हणून त्यांना सांगायची शंकरची हिंमत नव्हती. सोवळे नेसताना त्यांचं अश्लील उघडं शरीर शंकरला अनेक वेळा दिसायचं आणि किळस यायची, तसंच हे.

पट्ट्यापट्ट्याच्या पिशवीतून त्यांनी चार सुकलेली मोसंबी काढली आणि त्याच्या उशाशी ती ठेवता ठेवता ते म्हणाले,

"तुझ्यासाठी आणली आहेत मुद्दाम. सगळीच फळं फार महागलीयत हल्ली."

सगळी फळं? शंकरला हसू आलं. केळी, पेरू, चिक्कू, पपई असल्या गावठी फळांपलीकडचं एकही नाही आणलं त्यांनी कधी. स्वत: मात्र मोटारवाल्या मित्रांच्याकडं लाळघोटेपणा करून मटण खायचे, सिगरेट प्यायचे, क्लबात पैसे लावून पत्ते खेळायचे, प्यायचेसुद्धा कधीकधी. घरी मात्र भातावर तूप घेण्याबाबत आकांडतांडव. खाली सांडलेली चार शितं गोळा करून खायला लावायचे. हॉस्टेलमध्ये राहायला लागल्यावर शंकरनं केक खाल्ला, खमण खाल्ला, दर आठवड्याला फ्रुटसॅलड झोडलं. आमलेटसुद्धा पचवलं. इंग्रजी सिनेमे पाहिले. मित्रांच्या मोटारीतून तो मनसोक्त हिंडला. कोच, फोन, सीलिंग फॅन, डायनिंग टेबल यांचा रुबाब केला. आता ते सारं सवयीचं झालं होतं. पण त्यासाठी किती कष्ट, किती मनस्ताप. बापानं पै पै करीत बँक बॅलन्स वाढवला आणि आपण कर्जबाजारी बनलो शिक्षणासाठी. उधळे बनलो. चिडीनं. सूड म्हणून.

या क्षणी शंकरला हसू आलं, स्वत:चंच. या क्षुद्र माणसाचा इतका संताप? त्याच्याबद्दल इतकी चीड? निरुपद्रवी प्राणी तो – कनिष्ठ मध्यमवर्गीय. त्याचा उपद्रव फक्त पोरांना. त्यांचं पोरपण संपलं की संपणारा.

पण मग संभाजी मोगलांना का मिळाला?

महात्माजींचा मुलगा मुसलमान का झाला?

सवाई माधवरावानं आत्मघात का केला?

त्याक्षणी या साऱ्याचं साक्षी पुणं, त्याला प्रत्यक्ष झालं. शनिवारवाड्याच्या कुबट भिंतींच्या सावलीत खुरटलेलं, बुरसटलेलं, वाढ खुंटलेलं, खरूज झालेलं प्रतीक – बापशाहीचं. त्याची गटारं म्हणजे सडलेलं रक्त वाहून नेणाऱ्या धमन्या.

आणि आपल्या वाट्याला आलेलं पुणं म्हणजे आपला बाप – शंकरला वाटलं.

तेवढ्यात उमा आली. भारावल्या चालीनं, कुणीतरी ढकलत आणलेल्या ट्रॉलीसारखी. चेहरा उग्र वाटत होता आणि ओठ, नाकाचा शेंडा, कानाच्या पाळ्या

सुजल्यासारख्या. चार वर्षांत तिच्या चेहऱ्यावरचा कोवळेपणा, डोळ्यातला भाबडेपणा कुणीतरी हलकेच पुसला होता. लग्नाआधीच्या अठरा वर्षांत जे तिनं ऐकलं नाही, पाहिलं नाही, ते नंतरच्या चार वर्षांत भोगलं. तिच्या डोळ्यांभोवती सोशीकपणाची काळी वर्तुळं उमटली. कातडी वातड बनली. सर्वांवर कळस केला तीनचार महिन्यांच्या गळून गेलेल्या गर्भानं. तिचे काळेभोर केस बघता बघता पांढरे झाले.

सुनेला बघताच शंकरचे वडील उठले, म्हणाले, "बस." त्यांना बघताच तिच्या कपाळावरची शीर चढली. ती थंड पण ठाम आवाजात म्हणाली, "नको. तुम्ही बसा." बोलता बोलता ती बसली सावकाश त्याच्या पायाशी, कॉटवर. तिचा श्वास जड येत होता. कॉटच्या बारला ती रेलली, सासरा समोर असून, नाइलाजानं.

"अजून किती, पंधरा दिवस आहेत ना?"

बाहेरच्या भिंतीवर आता एक पांढरं कबूतर घुमत होते.

"हो. पण आई म्हणत होती, आता केव्हा होईन याचा नेम नाही."

"कशावरून?"

"बायकांचं असतं काहीतरी शास्त्र."

एकदम "आई गं" म्हणून शंकरच्या बायकोनं खालचा ओठ दाताखाली घट्ट दाबला. ही आतल्या मुलानं मारलेली ढुसणी. ती म्हणायची, मुलगाच होणार.

शंकर चमकला. शोपनहॉवर म्हणतो –

त्याला वाटलं आपली सावली आपल्या मुलावर पडणार, आपल्यावर आपल्या बापाची आहे तशी. शोपनहॉवर म्हणतो, मानवी जीवनाचा कॅन्सर - शेवटी हे होणारे मूल आपले की या असंख्य ज्ञात-अज्ञात सापळ्यांच्या माळेतला तो आणखी एक मणी – जीवनाची शिक्षा मिळालेला?

वडील उठले. वाकून गुडघे चोळत म्हणाले,

"तू घरी केव्हा जाणार?"

"तीन-चार दिवसांत."

संथपणाने ते वळले आणि हळूहळू दिसेनासे झाले.

दुसऱ्या दिवशी जेवण घेऊन शंकरचा मेव्हणा आला. रोजच्यापेक्षा उशिरा. पान खात. गेला असेल कुठंतरी हुंगत, माग काढत. कॉलेजलाइफ म्हणजे पोरी आणि पिक्चर्स. पैसा होता ना.

"उमा का नाही आली?"

मेव्हणा नुसता हसला. एक द्यावी ठेवून तोंडात त्याच्या, शंकरला वाटले. गाइड पाठ करून जेमतेम पास होणारा हा पोरगा – तरी त्याचं केवढं कौतुक!

"अरे का नाही आली उमा?"

– त्या कोरड्या, शांत आवाजात गोठलेली चीड, उपरोध कळण्याइतकी तरी अक्कल...

"तिला बरं नाहीयाय."

शंकरच्या छातीतला एक ठोका चुकला. हे अपेक्षित होते, तरी त्याच्या हातापायातले रक्त उसळ्या मारू लागले.

"बरं नाही म्हणजे... पोटात..."

"हो. पहाटेच दवाखान्यात गेली."

आणि हे आत्ता सांगतोय हा? तो हॉस्पिटलात असल्याची संधी साधून सूड घेत होते सगळे. या भिंतींच्या बाहेर पडलं पाहिजे, या माणसांच्यापासून दूर...

"झाली? किती अवकाश आहे?"

"डॉक्टरीणबाई म्हणाल्या, संध्याकाळी होईल. म्हणूनच तुम्हाला सकाळी सांगितलं नाही."

माझी बायको दवाखान्यात गेलीय, तळमळतीय आणि ते मला केव्हा सांगायचं हे तुम्ही ठरवणार – शंकर ओठ दाबून ओरडला, मनातच. तो उतावीळ झाला. एक क्षणभरही तेथे राहावेना. उमाच्या शेजारी असलं पाहिजे, बोललं पाहिजे तिच्याशी, एक शब्द तरी, ती बाळंतीण होण्यापूर्वी. 'बाळंतपणात काय होईल – कुणास ठाऊक – त्यापूर्वी एकदा तरी – शेवटचं.' – पांघरूण फेकून शंकर धडपडत कॉटखाली उतरला. पाय डळमळले. मेव्हणा गालातल्या गालात हसत होता, मूर्खासारखा. त्याला काय कल्पना –

"जा, डॉक्टरना विचार, जाऊ का. पाहिजे तर रात्री परत येईन म्हणावं."

तुरुंगातूनसुद्धा सुटका होते, पॅरोलवर. मेव्हणा गेला. डॉक्टरनी परवानगी नाही दिली तर... To hell...

मेव्हणा येईपर्यंत प्रत्येक क्षण मण मण वजन ठेवत होता छातीवर. शंकर कॉटच्या कडेवर टेकला होता. पायांना रग लागली. कळ कुल्ल्यातून हाडापर्यंत पोहोचली. छातीतला ठोका ठणकत होता मनगटातल्या शिरेत. लक्ष दाराकडं. पडद्याच्या हलत्या सावलीकडे. अजून न आलेल्या आवाजाकडे, न दिसलेल्या आकाराकडे.

मेव्हणा आला.

आणि ते निघाले.

थेट दवाखान्यात.

त्यांची चाहूल लागताच एक दरवाजा किलकिला झाला. बाहेर डोकावल्या सासूबाई. जिना चढल्यानं दम लागला होता. शिवाय उन्हं. डोळ्यांपुढं काजवे. त्यातून डिस्टॉर्ट झालेली बाई... मुलगी मरणाच्या दारात आणि बाईचा चेहरा...

स्वत: कधी बाळंतीण न झाल्यासारखा. ओथंबलेल्या गालांवर पावडरचा थर. तोकडे केस अंगठ्याएवढ्या अंबाड्यात. सुटलेल्या देहाभोवती चापूनचोपून नेसलेलं पातळ... जणू नवीन जीव यायचाय तो याच बाईचं थोबाड पाहायला...

पण त्यांच्या चेहऱ्यावर दिलासा देणारे हसू.

...अजून सारे ठीक आहे.

"झाली?"

"नाही, तुम्ही बसा ना इकडं."

...बसा काय बसा. इथं काय बसायला आलोय...

"किती वेळ झाला?"

"साताठ तास झाले. पहाटे चारला आलो."

हा हू सुद्धा कसे ऐकू येत नाही? शंकरचे कान तल्लख झाले होते. पण सारे शांत होते. डोळ्यापुढची अंधेरी कमी होत होती. उमाला वेदना होतच नव्हत्या? मग काहीच कसे ऐकू येत नव्हते? का ती बेशुद्ध होती?

सासूबाईंनी शेजारच्या खोलीचं दार उघडलं. जुनं फर्निचर, पॉलिश उडाल्यानं काळं पडलेलं. खोलीतच एक लाकडी पार्टिशन. त्याच्यावर खवल्यांचं डिझाईन असलेली जाड काच; पलीकडचं दिसत होतेही आणि नव्हतेही... सगळे आकार, रंग एकमेकांत मिसळत होते.

सासूबाई पलीकडच्या खोलीत जाऊन परत आल्या. त्यांनी लावलेल्या दाराचा खटकन आवाज झाला. तेवढाच. चुळबुळत त्यानं विचारलं,

"किती वेळ लागेल, अजून?"

"आत्ताच टेबलावर घेतलीय. आता फार तर दहा-पंधरा मिनिटं."

सासूबाईंच्या चेहऱ्यावर हसू होते. ते कसे काय? त्या वारंवार दाराशी जाऊन कानोसा घेत होत्या. त्यांना त्यांची बाळंतपणं आठवत असतील? उमाच्या वेळचं बाळंतपण...

कुठूनतरी स्टोव्हची फर्रर ऐकू येऊ लागली. पार्टिशनचे दार उघडून एक नर्स बाहेर आली. हातात एनॅमलचं भांडं, कात्री, कापूस. शंकरनं तिच्याकडं उत्सुकतेनं पाहिलं. पण त्याला नजरेनंही न मोजता ती पलीकडचं दार खांद्यानं ढकलून आत शिरली.

शंकर शोधत होता – स्वत:ला नेमकं काय वाटतंय? आपल्याला आवरण्यासाठी त्यानं टिपॉयवरचं एक मासिक उचललं आणि आपोआप उघडलेल्या पानावर दृष्टी थांबवली. कलानिर्मितीच्या प्रक्रियेबद्दल काहीतरी शब्द शिरत होते डोळ्यात, पण अर्थ उतरत नव्हता कुठंच. काहीही ऐकण्याची त्याची तयारी होती. काही वाईट, भयंकर घडले तरी... ऑपरेशन, ब्लीडिंग, मेलेलं मूल, हातपाय लांडे, उमाला धोका...

एकदम ते शांत सुस्त वातावरण चिरीत आवाजाच्या चिळकांड्या उडाल्या... ट्यँहा, ट्यँहा, ट्यँहा...

तो एकदम उभा राहिला. ताणलेले स्नायू एकदम सैल झाले.

"आवाज चांगलाच खणखणीत आहे; आमच्या घराण्यात शोभेल असा."

झटक्यानं आत जाणाऱ्या सासूबाईंना तो म्हणाला.

आणि त्याच्या मनात आलं. हे सगळं असं ठरलं होतं. केव्हाच. आपण पहिला ट्यँहा केला तेव्हा. किंवा त्यापूर्वीही.

◆

(अभिरुची, मार्च १९६६)

निर्जन किनारी

इथं ठरवूनच रात्री आलो. बाहेरच्या अंधारात सारं गाडून. सकाळी उठलो की नवीन शहर. नवी विटी नवं राज्य. मागचं सारं विसरायचं, नवं पान उलटायचं. आता मला कोणी ओळखणार नाही किंवा प्रत्येक जण ओळखेल. कारण मी म्हणजे अ. ब. क., अमुकचा अमुक, अमुक हुद्दा - हे नव्हे. मी म्हणजे माझा चेहरा, माझे शब्द, माझ्या कृती. इतका आणि असा भूतकाळ असलेला मी नव्हे. केवळ एक माणूस. एक व्यक्ती. उद्या उजाडलं की नवीन जीवन सुरू. मोडल्याची खंत नको. सगळं आता नवीन बांधू. चुका न करण्याची काळजी घेऊ आणि हवी ती मूर्ती घडवू. नाही काही केलं तरी चालेल. कुणी हटकणार नाही. चुकचुकणार नाही. जगाच्या कानाकोपऱ्यातनं जमलेली माणसं इथं - कुणी कुणाला विचारायचं?

समुद्राचा घों घों घों आवाज. प्रतिक्षणी तो पुढं सरकतोय, असा भास होतोय. भीती वाटतेय. विशेषत: काळोखात पत्ता शोधताना. वरून पावसाची सर. शहर झोपलेलं आणि शरीराचा कणन्‌कण व्यापणारा हा नाद. समुद्राचा इतका प्रचंड आवाज कुठंच ऐकला नाही.

ती विचारते; नाव. गाव. व्यवसाय. आजच कसे आलात? उद्याचा दिवस फार महत्त्वाचा. इथं कुणी नातेवाईक आहे? पूर्वी कधी आला होता? मग उद्या दर्शन आहे हे कसं कळलं? – उत्सुकतेशिवाय विचारलेले प्रश्न. नोंद करणाऱ्या एखाद्या यंत्राने विचारावेत तसे. मीही माहिती देतो, रजिस्टरमध्ये भरण्यापुरती. खोटी दिली असती, तरी चाललं असतं. तिनं तीच लिहून घेतली असती. पण स्वत:चं नाव सांगायला मात्र ती नाखूष. तिच्या सहज उच्चारलेल्या साध्या शब्दांनाही विलक्षण वजन आहे. आणखीही काहीतरी आहे. पण ते सांगता येणार नाही. बिघडलेल्या

टेलिफोनवरून आल्याप्रमाणं तिचा आवाज खूप खोलातून येतो. रुखासुखा, उदास, कडवट. तरीही ऐकत राहावंसं वाटतं. दृष्टीही गुंतलेली तिच्या भरल्या शरीरावर. बळकट मनगटं. जाडसर बोटं. रजिस्टरवर पडलेला दाब. डोळ्यांत मात्र डोकावता येत नाही. तिथं गांभीर्याचा, मृत्यूनंतरच्या शांततेचा खडा पहारा. मी माझे निश्चय, बेत विसरतो. तिला प्रश्न विचारत राहातो. तिला बोलतं करण्यासाठी स्वत: बडबड करतो. आधी न कळवताही रात्रीच्या वेळी जागा दिली, हे निमित्त. माझ्या प्रत्येक शब्दात उत्सुकतेची लाळ दिसते आहे. तिचा इतिहास मला पाहिजे आहे. ती माझ्या प्रश्नांना फक्त उत्तरं देते. तुटक, छोटी, उडवाउडवीची. मी शरमतो. इतर इतिहासाप्रमाणं, आपल्या इतिहासाप्रमाणं, तिचा इतिहासही अज्ञातच राहावा. तीही आपल्याप्रमाणंच तरुण वयात इथं आली आहे. तेवढं पुरे.

पहाट झाली तरी समुद्राचा आवाज येतच असतो. इथं समुद्राला ओहोटी नाहीच बहुधा. आता या सततच्या घोषाची भीती वाटत नाही. पण हा घों घों घों कुठंच पाठ सोडत नाही.

मी बाहेर पडतो. जे दिसेल ते पाहावं, हा हेतू. अमूक एक पाहावं असा हट्ट नाही. इच्छा तर नाही. इच्छा एकच आहे. या घोंघावणाऱ्या सागराच्या काठी वाळूत जाऊन बसावं. डोळे मिटून तिथंच पसरावं आणि तिथं दुसरं कुणी येऊ नये. पण बाहेर पडताच जिकडे तिकडे गोठलेला इतिहास दिसू लागतो. रु द बुसी. पट्टी धरून आखलेल्या रेषेसारखा सरळ रस्ता. त्याला काटकोन करणारे अनेक रस्ते. एका टोकाला समुद्र. दुसऱ्या टोकाला कालवा. किंवा गटारही असेल. उरलेल्या दोन दिशांपैकी एका बाजूस आश्रम व दुसऱ्या बाजूस रेल्वेस्टेशन. आश्रम खरं म्हणजे एका अशा कुठल्याच ठिकाणी नाही. शहराबाहेर सगळीकडं पसरलेला. तो टॅक्सीनं दुपारीच बघितला पाहिजे. रुंद रस्त्यांनाही खंदकाप्रमाणं दिसायला लावणाऱ्या तटबंदी दोन्ही बाजूस. उंच उंच भक्कम भिंती. राक्षसी दरवाजे. पण सगळे बंद. सगळी घरं निर्मनुष्य. जणू काही आपण एखाद्या उत्खननातील अवशेषांत भटकत आहोत. भरगच्च पण निर्जीव संसारावर, उठून गेलेल्या गृहिणीच्या खुणा दिसताहेत. मोडकळीला आलेला तो धक्का. त्याच्या समोरचा उद्दाम पुतळा-लेण्यांतून उचलून आणलेल्या कोरीव शिळांच्यावर उभा. लाटांनी फोडलेली चिरेबंदी तटबंदी – या साऱ्यांच्या मागं येथून उठून गेलेलं शासन, संस्कृती आहे; या गोठलेल्या काळाच्या खुणांच्या मागं चैतन्यानं उसळणारा इतिहास आहे, अशी जाणीव सतत आहे. का तो इतिहास मला आधीच माहीत होता, म्हणून ही जाणीव? म्हणून मृत्यूचा वास कोंदटल्याचा भास? भर दुपारीसुद्धा इथल्या व्यवसायांना जाग नाही, हे पाहूनच मी स्वत:लाच विचारतो : क्या, ये शहर मर गया? - आणि मृत्यूचा,

समुद्रकाठच्या वाळवंटाचा इथल्या माणसांशी संबंध जोडतो आहे, दोहोत साम्य शोधतो आहे? असं समजतो आहे की इथल्या प्रत्येक माणसाला वैभवशाली आणि दुःखी असा इतिहास आहे, आणि तो त्याच्या चेहऱ्यावरच्या सुरकुत्यांत, पापण्यांतल्या तलावात थिजला आहे? तिलाही...?

असं का? स्वत:चा इतिहास गाडू पाहणारा मी तिचा मात्र इतिहास का शोधतो आहे? माणसाचा इतिहास समजल्याशिवाय माणूस समजत नाही, असं आहे का? त्यानं जे जे केलं त्याचा वर्तमानाशी काय संबंध? त्यानं जे जे केलं, ते ते होऊन गेलं; ती वेळ, ते स्थळ यात मिसळून गेलं. उरला तो निख्खळ माणूस. तो असतो म्हणून काळ असतो. भूतकाळ असतो, वर्तमान असतो, भविष्यही असतो. माणूस नसता तर काळ नसता. म्हणूनच मनुष्य संपला की त्याच्यापुरता काळ संपतो. मग जो संपल्यातच जमा आहे, असून-नसून सारखाच आहे, त्याच्या भूतकाळाचं थडगं कशाला उकरायचं? त्याच्या डोळ्यांत डोकावून तो जेवढा समजेल, तेवढा त्याला समजून घ्यावा. तरच नव्या जगाचा नवेपणा टिकेल. मृत्यूनंतर पंचमहाभूतात्मक शरीर आपण टाकून देतो, म्हणून आपल्याला नव्या जगात प्रवेश मिळतो.

विचार नेहमीच असे भरकटतात. त्यातून किनाऱ्यावरील गुत्ता, तिची आठवण, आणि त्या गुत्त्याला कुठल्या तरी नटीनं दिलेलं शिफारसपत्र : ''घरापासून दूर, घर.'' ब्लॅक नाईटच्या फिकट जास्वंदी ग्लासातून हे ''घर'' मोठं वेडवाकडं दिसतं. मऊ आरपार वस्त्रातून दिसणारी तलम, गोरी बाहुली, विझलेले डोळे, मुलायम आवाज, सराईत हालचाली; प्याला धरताना, त्यात ''काळी रात्र'' ओतताना, नृत्यमुद्रेप्रमाणं तो पुढे करताना, चुंबनाच्या वेळी नवथर कुमारिकेप्रमाणं डोळे मिटताना, लाडिकपणानं ''नो नो''चे सीत्कार काढताना - आणि तिची आठवण. ती.

इथं येणाऱ्यांना हे घर वाटतं, आश्रम दाखवताना ती म्हणाली. चारशे मुलं, हजारएक मोठी माणसं. पण सगळ्यांची आई एक, एक घर. इथं प्रत्येक जण ''आई''चं ''बाळ''. कारण सगळेच इथं नवं जीवन सुरू करतात. सारं सांगताना, दाखवताना तिचा चेहरा फुललेला असतो. रात्री दिसलेल्या उदासपणाच्या जागी आता आनंदाचं, उत्साहाचं कमळ डुलत असतं. तिचा आवाजही आता परकऱ्या पोरींच्यासारखा स्वच्छंदी वाटतो. ती गाणं गुणगुणल्याप्रमाणं म्हणते : ''इथं एका नव्या जीवनाचं उषासूक्त रचलं जात आहे. इथं शेतं आहेत आणि शाळा आहेत, विणकाम आहे आणि भरतकाम आहे. इथं म्हशीबैल यांच्याबरोबर आम्ही कोंबड्याही पाळतो. कागद बनवतो, फर्निचर करतो, पुस्तकं छापतो, शाळा-कॉलेजं चालवतो – इथं फक्त रुक्ष तत्त्वज्ञान नाही, त्या तत्त्वज्ञानाचं रोजच्या जीवनात आचरण आहे.

स्वयंपूर्ण जीवनाचा मंत्र आहे. आमचं तत्त्व सर्वांना पेलेल असं : ज्याला जे जे येत असेल, त्याची जे करायची मन:पूर्वक इच्छा असेल, ते त्यानं करावं.''

हे बोलताना ती ती उरलेली नाही; कुठल्या तरी दूरच्या स्वप्नसृष्टीची अग्रदूत बनली आहे. तिच्याबरोबर चालताना मला धाप लागते. इथले सगळेच भर भर चालतात, साधे कपडे घालतात. विद्यार्थी-विद्यार्थिनी तर ''पाव'' चड्ड्या घालतात. सकाळपासून त्यांचा वेळ बांधलेला असतो. ती बोलता बोलता मला म्हणते : तुमच्या मुंबईत वेळ माणसांना बांधतो; इथं आम्ही वेळाला बांधतो. व्हिस्की रिचवताना या साऱ्याला मी हसलो होतो. पण आता हसू येत नाही. तिच्यातला बदल पाहून मनात येतं, आपल्याप्रमाणंच इतिहास गाडून आलेली ही – या नव्या घरात रुजली आहे, रुळली आहे.

संध्याकाळ जशी दाटू लागते, तसा मी अस्वस्थ होतो. रात्रीच्या काळोखात गाडलेल्या स्मृती एक एक करून जमा व्हायला लागतात. मनात एक वैराण वाळवंट हेलावू लागतं आणि सावलीप्रमाणं शरीरहीन असलेल्या त्या स्मृती मृगजळाप्रमाणं मला बोलावू लागतात. तो आश्रम, ते जीवन हे सगळंच एखाद्या फसव्या स्वप्नासारखं वाटू लागतं आणि माझे पाय बारकडे वळतात.

आणि ती अवचित समोर येऊन उभी राहाते. तिचा उजवा पाय सायकलच्या पॅडलवर असतो आणि तिची ''पाव'' चड्डी जरा अधिकच वर सरकलेली असते. माझी नजर मला तिच्या पोटऱ्यांवरून काढताच येत नाही. त्या टणकही वाटतात आणि मऊही वाटतात. अभावितपणे मी सायकलच्या हँडलवर हात ठेवतो.

हे सगळं मला कळत असतं, पण आवरणं शक्य नसतं. जो इतिहास पुरून मी इथं आलो, तो असा का पुन्हा पुनरावृत्त होतो आहे? केवढा मोठा पराभव! इथं येताना नवीन जीवन सुरू करायचं, इतिहासावर पडदा टाकायचा, असं ठरवलं होतं आणि चोवीस तास व्हायच्या आत पुन्हा तशाच पराभवाची नांदी करायची - मी मलाच समजावण्याचा, आवरण्याचा प्रयत्न करतो आहे. पण छे! अंग कापायला लागलं आहे. अंधार झपाट्यानं वाढत असल्याचं लक्षात येतं. रस्ता जवळजवळ निर्मनुष्य आणि असा भास होतो की कोणी तरी मागची चार वर्षं ओंजळीत घेऊन उभं आहे व त्या चार वर्षांचा दु:खानुभव मी एका क्षणात, तिरस्काराच्या एका दृष्टिक्षेपात, हेटाळणीच्या एका उद्गारात पकडणार आहे.

पण नाही. आपल्या जगाचे नियम या जगाला लागू नाहीत. स्त्री-पुरुषसंबंधाचे तुकडे पाडून त्यांचं इथं वर्गीकरण केलेलं नाही : प्रियकर-प्रेयसी, पति-पत्नी, जार-जारीण, भाऊ-बहीण, मुलगा-आई. इथं शब्दांना किंवा कृतींना पुराव्यासाठी कोणी कोर्टात खेचत नाही. त्यांचे अर्थ लावायचा प्रपंचही कोणी करीत नाही. एका

कुटुंबात राहूनही त्यांना इतरांकडं लक्ष द्यायला फुरसत नाही. ती सायकल भिंतीला टेकवते आणि माझा हात हातात घेऊन चालू लागते. कुठं ते माहीत नाही. का तेही नाही. मीही विचारत नाही. फक्त संवेदना जाणवतात. तिचा हात माझ्या हातात, पण संवेदना माझ्याच. तिचा चेहरा नीट न्याहाळता येत नाही. मधूनच ब्लॅक नाईटची आठवण येते. तेवढीच.

समुद्राचा बंधारा एका ठिकाणी फुटला आहे. तिथं आम्ही दोघं. पाय पाण्यात. हात हातात. सूर्य मावळला असला तरी तांबूस काळा प्रकाश अजून आहे. काळ्या समुद्रावर फेसाळणाऱ्या लाटांच्या पांढऱ्या रेषा आणि अंगावर काटा आणणारे तुषार.

ती काहीच बोलत नाही. की तिचे शब्द, तिचा आवाज या लाटांच्या प्रचंड आवाजात ऐकू आला नाही? पण तिच्या ओठांची किंवा भुवयांची महिरप मोडलेली नाही. तेही नक्की कळत नाही. कारण तिचं तोंड समुद्राकडं. माझं मात्र तिच्याकडं आणि मधून मधून लाटांच्याकडं.

इथं केव्हा येऊन बसलो? कुणास ठाऊक. आता किती वाजले? माहीत नाही. पण पोटात काहीतरी गोळा होतं आहे. छातीत काहीतरी बंद झालं आहे, फुटू पाहात आहे. तिनं हातात धरलेल्या बोटांना स्थिर ठेवण्याच्या प्रयत्नात मुंग्या आल्या आहेत. ती काढूनही घेववत नाहीत आणि हलवायचंही जमत नाही. ती हलवण्यासाठी छातीतला जोर खांद्यातून मनगटात येतो, पण तिथंच थांबतो. तिथं तो साठून साठून मनगट पोलादासारखं ताणलं आहे, जड झालं आहे. ते कदाचित... कदाचित हालचाल... हालचाल करतंच. कोणती ते मलाही कळत नाही. मला एवढंच कळतं - तिचा हात मी ओढून धरला आहे आणि त्यावर ओठ...

ती माझ्याकडं पाहाते आहे.

पाहाते. टक लावून. तिचे डोळे. त्या कडेला ती आणि या कडेला मी. आणि मधे एक वाळवंट. समुद्रासारखं, पण पाण्याचा थेंबही नसलेलं. आवाजाचा कणही नसलेलं. सपाट. दाबून गोठवलेल्या प्रचंड आवेगासारखं.

आणि असं वाटतं, तिनं त्या वाळवंटाला कुंपण घातलं आहे. आणि त्या वाळवंटापलीकडून ती पाहाते आहे आणि तिच्या डोळ्यांत कुंपण न घातल्यामुळं सैराट वाढणाऱ्या एका वाळवंटाचं प्रतिबिंब पडलं आहे.

◆

(सत्यकथा, मार्च १९६६)

द रनिंग मॅन

'जनगणमन' चालू असतानाच बंद असलेले दरवाजे उघडले होते. उभ्या माणसांच्या रांगांत सुरू झालेल्या सूक्ष्म हालचालींमुळं निरंजनला ते जाणवत होतं. मग लख्खकन दिवे लागले. इतका वेळ अंधाराची सवय झालेले डोळे चुरचुरू लागले. बँडच्या चढत्या लयीप्रमाणं हालचाल वाढू लागली. चुंबक ठेवताच लोखंडी किसात लहरी उमटाव्यात, त्याप्रमाणं खुर्च्यांच्या रांगांमधून येणारी माणसं दरवाज्याशी येताच एकदम घोळका करत आणि धारेला लागलेल्या ओंडक्याप्रमाणं वाहू लागत. प्रत्येकाला बाहेर पडायची घाई झाली होती. जणू प्रत्येकाला कुणाच्या तरी आधी बाहेर पडायचं होतं. बाहेर पडल्यावरही कुणाच्या तरी आधी बस किंवा टॅक्सी पकडायची होती. जणू चित्रपट चालू असेपर्यंत सारं जग थांबलं होतं आणि आता किल्ली दिल्याप्रमाणं हे खेळणं धावायला लागलं होतं. प्रत्येक जण कावेबाजपणानं, हुशारीनं लोंढ्यातल्या फटी शोधत होता; सहजपणाचा आव आणीत त्या व्यापीत होता; आणि पुन्हा पुढच्या फटी शोधीत होता.

प्रयत्न करूनही अनघाच्याबरोबर राहणं गर्दीमुळं निरंजनला जमत नव्हतं. धारेला लागलेल्या काटक्यांप्रमाणं कधी ती मागं राहात होती, तर कधी तो. शेजारी येताच तो तिच्या कमरेभोवती हात टाकायचा - सवयीप्रमाणं. पण ती जरा पुढंमागं झाली की त्याचा हात लोंबकळल्यासारखा व्हायचा आणि मग त्याच्याही नकळत खाली यायचा.

पायऱ्या उतरून वळताना, त्याला मागं टाकून पुढं जाण्याचा प्रयत्न करणाऱ्या एका गोऱ्या, प्रौढ नि पुष्ट स्त्रीच्या स्तनाचा स्पर्श कोपराला झाल्याचं निरंजनला जाणवलं. त्याच्या अंगभर काटे फुलले. आवंढा घशाशी आला. त्यानं मान फिरवून

तिला एकाच दृष्टिक्षेपात पाहून घेतलं. टोमॅटो रंगाची टेरिलिन साडी, त्याच रंगाचा बिनबाह्यांचा टू बाय टूचा मुलायम ब्लाउज आणि मांसल, मऊ, तांबूस गोरी त्वचा. तिच्यावरची दृष्टी काढून तो समोर पाहू लागला. पण तेवढ्यात पुन्हा एकदा तो स्पर्श. तितकाच मृदू नि मुलायम. निरंजनला स्वत:चंच आश्चर्य वाटलं. अलीकडं त्याला वाटायला लागलं होतं – आपल्या बोटांची, तळहाताची, त्वचेची पूर्वी अणकुचीदार असलेली संवेदना मेलेली आहे; बोथटली आहे. पण आता या ओझरत्या स्पर्शानंही त्याच्या त्वचेखाली गरम रक्ताची लक्ष कारंजी उसळली होती आणि शीर न् शीर ठसठसायला लागली होती. चित्रपटातल्या काही प्रसंगांनी तो उत्तेजित झाला होता, शहारला होता. पण त्या वेळीही अनघाचा हात हातात असूनही असं झालं नव्हतं. तिच्या कमरेभोवती हात टाकताच तिच्या सैल कातडीचा स्पर्श त्याच्या बोटांना झाला होता, पण त्या स्पर्शात थरथर नव्हती, ओढ नव्हती. पूर्वी असं व्हायचं नाही. ओढ, अभिमान, संरक्षण – तिच्याबद्दलची सगळी कोमल भावनाच त्या वेळी तिच्या कमरेभोवती लपेटलेल्या हातातून व्यक्त व्हायची. ती कोवळीक, ती उत्स्फूर्तता केव्हा संपली?

एकदम निरंजनच्या मनात आलं – अनघालाही असंच होत असेल का? आपला स्पर्श तिला वातड वाटत असेल का? परपुरुषाच्या स्पर्शानं तिचीही काया झंकारत असेल का?

रस्ता क्रॉस करण्यासाठी निरंजन व अनघा थांबली. तेव्हा घोळक्यात त्यांना ते दृश्य दिसलं. काळ्या स्लॅक्सवर कुसर केलेला हिरवा कुडता घातलेली ती आणि लांब कल्ले वाढवलेला, सिगारेटच्या धुराचे भपकारे सोडणारा तो – तिचे बॉबकट केलेले मऊ चमकदार केस त्याच्या छातीवर विखुरले होते आणि तिच्या दंडाभोवती हात वेढून त्यानं तिला अगदी जवळ जखडून ठेवलं होतं –

– त्या दोघांचा राग येऊ नये, हे निरंजनला कळत होतं, पण राग येत होता. हेवा वाटू नये हे कळत होतं, पण हेवा वाटत होता.

दहा वर्षांपूर्वीची अनघा – मानेला किंचित झटका दिला की तिच्या कानातली झुंबरं हलायची नि ती एखाद्या लहान, अल्लड, निष्पाप मुलीसारखी दिसायची. तिचे डोळे तर असे चमकायचे की ती बरोबर नसली तरी निरंजनला ते दिसत राहायचे. कुठंही नजर फिरवली तरी ते आपल्याकडं पाहून खट्याळपणानं हसताहेत, असं वाटायचं. जणू डेलियाच्या दोन फुलांचंच रूपांतर झालं होतं तिच्या डोळ्यांत.

आता त्या डोळ्यांतला किरणोत्सर्गी उत्सव संपला होता. नेहमी ट्यूबलाइटचा प्रकाश मिरवणाऱ्या खिडकीत चाळीस वॅटचा क्षीण पिवळसर प्रकाश दिसायला

लागावा, तसं काहीसं झालं होतं.

''पिक्चर चांगला आहे नाही?'' अनघा म्हणाली. निरंजन काहीसा दचकला. तिनं काय विचारलं हे त्याला कळलंच नाही. गोंधळ लपवीत त्यानं विचारलं.

''आँ, काय?''

''पिक्चर आवडला की नाही?''

''चांगला आहे की.'' निरंजन सावधपणानं म्हणाला. पण अनघाचं त्याच्या स्वराकडे लक्षच नव्हतं. ती म्हणाली,

''मला फार आवडला.''

''का?''

''सारखं असं वाटत होतं की, पायांना हालचाल करायला जागा फार फार कमी पडतीय. म्हणजे तशी सगळी लोकेशन्स मोठी होती. पण प्रत्येक जागी वस्तू इतक्या नि अशा होत्या की सगळी पात्रं अवघडल्यासारखी, बांधली गेल्यासारखी वावरत होती.''

ती बोलत होती आणि निरंजन चकित होऊन तिच्याकडं पाहात होता. त्याला हे कळत होतं की, तिच्या या निरीक्षणामुळं चित्रपटाच्या मध्यवर्ती कल्पनेला उठाव नि अर्थपूर्ण सामर्थ्य लाभत होतं. त्यानं स्वत:लाच विचारलं इतका विचार करते ही? इतकं समजतं हिला?

अनघा बोलतच होती.

''आत्महत्येचं नाटक करून विम्याचे पैसे मिळवू पाहणारा हिरो – तो पळत असतो, तो केवळ आपल्या देशापासून वा कायद्यापासून नव्हे; तो पळत असतो स्वत:पासून. तो कुठंही गेला तरी त्याची सदसद्विवेकबुद्धी आणि भीती त्याचा पिच्छा सोडत नाहीत. म्हणूनच तो पळत असतो आणि तो मरतो तोही काही कारण नसूनही पळण्याच्या प्रयत्नात असताना. सिनेमा बघताना मला असं वाटत होतं, की आपण जी. एं. ची एखादी कथा वाचतोय. कसला कशाशी संबंध नाही आणि तरी प्रत्येक गोष्ट आपापल्या जागी नेमकी उभी!''

लग्न झालं, तेव्हा अनघा एफ.वाय.ला होती. पण ती एम. ए. झाली तरी तिच्यातील वाढीचा असा प्रत्यय त्याला पूर्वी आला नव्हता.

''तुम्हाला काय वाटतं?''

''बरोबर आहे. कमाल आहे! माझ्या लक्षातसुद्धा आलं नव्हतं हे!''

पण त्याला काही अधिक बोलू न देता अनघा म्हणाली,

''आता काय करायचं आपण?''

''काय?'' काही न समजून निरंजननं विचारलं.

''अहो, काय काय? बाहेर जेवायचं ना आज आपण?''

"हो म्हणजे..."

"की घरीच जायचं? ब्रेड नी अंडी घेऊन?"

"कसंही."

"कसंही काय, तुम्ही सांगा ना."

"अगं, पण तू...'

"नाही हं. तुम्हीच सांगा आज. आज आपल्या लग्नाचा वाढदिवस आहे, याची आठवण मीच करून दिली तुम्हाला. आता कार्यक्रम तुम्ही ठरवायचा."

तिच्याकडं बघून निरंजननं एक खोटं चकचकीत स्मित केलं. पण त्याला खिंडीत सापडल्यासारखं झालं होतं. आपणहून काही करण्यापेक्षा होईल ते स्वीकारायचं, हे जीवनाचं सूत्र होतं त्याच्या. त्यामुळं एक तर कुठलाही निर्णय घ्यायची जरुरीच पडायची नाही आणि मनाविरुद्ध घडलं, अमलात आणलेला निर्णय चुकीचा ठरला, तर जबाबदारी तिच्यावर ढकलता यायची.

"आपण स्टेशनपर्यंत तरी जाऊ. मग ठरवता येईल तिथं काहीतरी."

तिच्या मनात काय आहे, याचा शोध घ्यायचा निरंजननं बारीक दृष्टीनं प्रयत्न केला, पण मर्क्युरी लाइटच्या नितळ प्रकाशात – नि तेही चालता चालता – काही ओळखू येत नव्हतं. निर्णय पुढं ढकलण्यात त्याचं बरंचसं आयुष्य खर्च झालं होतं. पुरेसा उशीर झाला तर प्रश्न आपोआप सुटतील, किंवा प्रश्न हे प्रश्न म्हणून उरणारच नाहीत, अशी एक अस्पष्ट आशा त्याला वाटायची.

स्टेशन जवळ येत होतं. काहीतरी ठरवायला हवं होतं. पण निश्चय होत नव्हता. असंच व्हायचं नेहमी आणि मग निरंजनचं डोकं दुखायला लागायचं. खिशातले पैसे, महिन्याचे उरलेले दिवस, हॉटेलची महागाई – किती प्रयत्न केला तरी असंख्य विचार निऑन साइन्सप्रमाणं डोक्यात उघडझाप करायला लागले. मेंदूला वैतागाच्या मुंग्या यायला लागल्या.

"ब्रेड अन् अंडी घेऊ पाहिजे तर." तो प्रयत्नपूर्वक म्हणाला.

ती हसली. निरंजनला वाटलं, आपला निर्णयही टेंटेटिव्ह, सूचनावजा भाषेत मांडायच्या त्याच्या सवयीची नेहमीप्रमाणं तिला गंमत वाटली असावी. त्यानं विचारलं,

"का, हसलीस का?"

"काही नाही. सहजच."

"ठीकाय. सांगायचं नसलं तर नको सांगू." तो सहज म्हणाला. पण उत्तर द्यायच्या पूर्वी तिनं त्याचा तळहात आपल्या हातात घेऊन किंचित दाबला. ती म्हणाली,

"तसं नव्हे रे. सांगीन नंतर."

तिचा आवाज काहीसा हळवा झाला होता. काळ्या ढगासारखा तो सांद्र नि ओथंबलेला वाटत होता.

निरंजनला आश्चर्य वाटलं – तिचा एकेरी उद्गार ऐकून. लग्न झाल्यापासून काही विशिष्ट प्रसंग सोडले तर ती त्याला नेहमी 'अहो जाहो'च म्हणायची – लग्नापूर्वी ती नेहमी 'अरे तुरे' म्हणत असेल, असा संशयही कुणाला येऊ नये इतक्या बिनचूकपणानं. निरंजननं स्वत:लाच विचारलं, आत्ताच्या एकेरी संबोधनाचा अर्थ काय?

लग्नाचा दहावा वाढदिवस, म्हणून दहा वर्षांपूर्वीसारखं वागायचा ती प्रयत्न करीत होती का?

गाडी सुटायला अवकाश होता. कुणाच्या तरी ट्रांझिस्टरवरचे सूर खूप दुरून आल्यासारखे रिकाम्या प्लॅटफॉर्मवरून येत होते :

"सारे जरि ते तसेच, धुंदि आज ती नुरे
मीही तोच तीच तूही..."

बटण दाबल्याबरोबर दिवा लागावा, तसं झालं. इतक्यांदा ऐकलेलं गाणं – आज काळजाला भिडत होतं. त्याच्या मनात आलं, अवघ्या दहा वर्षांत आपल्या जीवनातील चैतन्यमय क्षणांचे गोटे झाले; संवेदनांचे कंगोरे झिजले; अनुभवांतले वणवे विझले. सगळं कसं संथ, विचारी, प्रौढ झालं आहे.

गाणं सुरूच होतं.

त्याच्या खांद्यावर डोकं टेकून ती किती शांतपणानं झोपली होती. तिच्याकडं पाहात निरंजन स्वत:लाच विचारत होता. पूर्वीचं काय राहिलंय? चेहऱ्याची ठेवण तीच असली तरी तो आता जून झालाय. डोळ्यांना काळ्या वर्तुळांनी वेढलंय. पूर्वीचे लांब नी मऊ केस राठ, कोरडे झालेत. किंचित स्थूलपणा आलेला असूनही पूर्वीच्या गोलाईचा, मुलायमपणाचा मागमूसही नाही.

निरंजनच्या मनात आलं, संपलेल्या दहा वर्षांची छाया अनघाच्या देहाचा अणुरेणू व्यापून राहिलीय. एक... एक... क्षण करीत संथपणानं पुढं सरकणारा हा काळ – याच्यापेक्षा मृत्यू बरा.

आपल्या असहाय्यतेची निरंजनला चीड आली. सगळं अपरिहार्य आहे हे कळत होतं आणि तरीही सगळ्याचा राग मात्र येत होता. अनघाकडं पाहता पाहता त्याला जाणवलं, आपलीही अवस्था हीच झाली असणार. त्याला एकदम ओरडावंसं वाटलं: 'याला मी जबाबदार आहे. मीच तिला असं बनवलं. ती काही नेहमी अशी

नव्हती.' पण संताप मात्र तिचाच येत होता. वाटत होतं. आपण लग्नच केलं नसतं तर? किंवा मनाशी ठरवल्याप्रमाणं निदान खूप उशिरा केलं असतं तर – प्रवास, पैसा, सगळे उपभोग घेतल्यावर? निरंजनच्या मनात आलं, आपलं आयुष्य घड्याळातील वाळूप्रमाणं आपल्या मुठीतून निसटून चाललंय आणि आपण ते शुंभासारखं नुसतंच बघत बसलोय!

त्याला जाणवलं, आपल्याला कुणाबद्दलही काही वाटेनासंच झालंय. मन कसं रिकामंरिकामं आहे. कुणीतरी कुणाची तरी ओळख करून देतं. पण 'काय, कसं काय, कुठं राहाता, काय करता', असे औपचारिक प्रश्न संपले की पुढं काय बोलायचं तेच कळेनासं होतं. मिळालेली उत्तरंही लक्षात राहात नाहीत. मग प्रत्येक भेटीत पुन्हा पहिल्यापासून सुरुवात. काही लक्षात ठेवायची गरजही वाटत नाही. मित्र नाहीत, मैत्रिणी नाहीत. प्रेयसीचं रूपांतर पत्नीत झालेलं. भेटलेल्या प्रत्येक माणसाचं थंडपणानं वर्गीकरण होतं. उपयुक्ततेच्या अन् लायकीच्या कसोटीवर आस्था ठरवली जाते. तिचा आविष्कार कसा करायचा, हे योजनापूर्वक ठरवलं जातं.

पाळीव प्राण्याप्रमाणं संसाराच्या पिंजऱ्यात रमणारा माणूस जिवंतपणी फॉसिलाइझ्ड होतो, तो असाच का?

"आलं का हो कल्याण?" अनघानं विचारलं.

ती केव्हा जागी झाली, हे निरंजनला कळलंच नव्हतं. एखादा अपराध केल्याप्रमाणं तो दचकला.

"कसला विचार करत होता?"

काय उत्तर द्यावं हे निरंजनला कळेना.

"नाही, विचार नाही..." तो म्हणाला. पण पुन्हा एकदा त्याला अपराधी वाटलं. संसारातला खोटेपणा असाच वाढत जातो का? की कुणीच कुणाला सगळंच्या सगळं सांगू शकत नाही?

अनघा म्हणाली :

"तुम्ही पक्के गृहस्थ झालात हं आता – प्रौढ संसारी गृहस्थ!"

निरंजन चकित झाला. हिला कसं कळलं हे? आणि आपल्याला वाटत होतं, ती हळव्या, रोमँटिक मूडमध्ये आहे म्हणून!

"म्हणजे?" निरंजननं शक्य तितक्या सहजपणानं विचारलं.

"म्हणजे, हॉटेलमध्ये जेवायला हल्ली तुम्हाला आवडत नाही. घरीसुद्धा किती लवकर येता! बाहेर भटकणं, जागरणं – सगळं किती कमी झालंय हल्ली. आजसुद्धा ब्रेड-अंडी घेऊन घरीच जायचं ठरवलं तुम्ही. म्हणून हसले मी मगाशी."

निरंजनला कळेना, आपल्याला बरं वाटतंय की छातीत काही दाटून येतंय. आपल्या अ-निश्चयी मवाळपणाला किंवा पलायनवादी प्रवृत्तीला ती हसली, असं त्याला त्या वेळी वाटलं होतं. पण तिच्या मनातली त्याची प्रतिमा वेगळीच होती! आणि त्या प्रतिमेच्या संदर्भातच ती त्याला समजावून घेत होती आणि त्या प्रतिमेवर ती संतुष्ट होती! त्याच्या पंखांचा क्षीण फडफडाट तिच्यापर्यंत पोहोचलाच नव्हता.

पण तरी त्याला काहीसा आनंदच वाटला. तो तिला प्रौढ वाटत होता, पण विदूषक वाटत नव्हता; पोट सुटलेला, विझत असलेला पुरुष – असा वाटत नव्हता. तो जेव्हा तिचा विचार करायचा, तेव्हा ती कधीकधी अमूर्त व्हायची, खरीखुरी वाटेनाशीच व्हायची. तसं तिचं अद्याप झालं नव्हतं. त्याच्या बदलांचंही ती खट्याळ स्वागत करत होती.

निरंजनला कळेना की, हे बरं की वाईट? आपल्याला ते आवडतंय की त्याचा राग येतोय? त्याला वाटलं की, आपलं अंत:करण म्हणजे एक गोलघुमट आहे. त्यात आवाजांचा कल्लोळ ऐकू येतोय, पण शब्द एकही कळत नाहीये.

आणि मग त्याला आश्चर्य वाटायला लागलं की, इतकी शहाणी, समजूतदार बायको असतानाही काही वेळापूर्वी, आपला संसार आपल्याला एखाद्या पिंजऱ्यासारखा का वाटायला लागला होता?

◆

(सत्यकथा, सप्टेंबर १९७१)

महारोगी

त्याचा आवाज ऐकू आला तेव्हा मी जेवायच्या तयारीत होतो. ब्रेड, लोणी, जॅम-सॉस इत्यादी सर्व पदार्थ टेबलावर काढून ठेवले आणि आमलेट करायच्या उद्देशानं मी गॅसकडे वळलो. पण तेवढ्यात त्याचा आवाज ऐकू आला. साध्या कुतूहलानं मी व्हरांड्यात आलो नि लोखंडी ग्रिलमधून आवाजाच्या दिशेकडं पाहिलं. आमच्या बिल्डिंगच्या डाव्या हाताला असलेल्या तीन-चार बिल्डिंग्जच्या पलीकडे तो तापलेल्या रस्त्यावर लोळत होता; अम्माऽऽ माताऽऽ म्हणून ओरडत होता. मध्येच बसता होऊन पोटावर हात मारत होता आणि मग परत लोळत होता. अम्माऽ नि माताऽ यांच्यामध्ये तो बरंच काही बडबडत होता. पण ते काय हे कळत नव्हतं. थोडा वेळ जागच्या जागी लोळून नि ओरडून झालं की तो लोळतच पुढं सरकत होता. रस्त्यावर विशेष कुणी नव्हतं. एका दूधवाल्या भैय्यानं सायकलवरनं उतरून त्याच्याकडं काहीतरी फेकल्याचं मी बघितलं. बहुधा नाणं असावं. मला भैय्याची गंमत वाटली. सायकलवरनं तो उतरला तेव्हा 'त्या'ची भैय्याकडं पाठ होती. भैय्या थांबला. पण त्याच्या अम्माऽऽ माताऽऽ अशा कन्व्हल्झिव आरोळ्यांतून त्याचं भैय्याकडं लक्ष जात नव्हतं. पण त्याचा कथलाचा कटोरा त्याच्याजवळच रस्त्यावर होता. वास्तविक भैय्यानं त्या कटोऱ्यात नाणं टाकायचं आणि पुढं व्हायचं. पण भैय्या थांबला. मग सायकल घेऊन तो 'त्या'च्या समोर गेला आणि मग त्यानं ते नाणं 'त्या'च्या समोर टाकलं. म्हणजे भैय्याला नुसत्या दानात इंटरेस्ट नसावा. त्याला 'त्या'च्याकडून दुवा मिळवायचा असावा, किंवा त्या नाण्याच्या मोबदल्यात त्याला ते दृश्य बघायचं असावं.

मला आता जेवण जाणं शक्यच नव्हतं. तो लोळण घेत आमच्या बिल्डिंगसमोरून

पुढं जाईल व त्याच्या आरोळ्या ऐकू येईनाशा होतील तेव्हाच काय ते खरं. तोपर्यंत भूक दाबणं भाग होतं. शिवाय तो जसजसा जवळ सरकत होता तसतसा माझ्या तोंडाला चूळ सुटत होता. थुंकायला बाथरूममध्ये तरी किती वेळा जायचं? पण व्हरांड्यातनं बाहेर थुंकणंही प्रशस्त नव्हतं. आधीच बिल्डिंगमधल्या लोकांचं माझ्याबद्दलचं मत काय विचारता? पण त्याच्याकडं बघताना तोंडाला जास्तीजास्तच चूळ सुटत होता. त्याच्या हातापायाला फडकी गुंडाळली होती. डोक्यालाही साईबाबांच्या सारखं फडकं गुंडाळून त्याची हनुवटीखाली गाठ मारली होती. त्याच्या हाताच्या पंजाची बोटं झडून गेली होती. पायाच्या बोटांचीही तीच अवस्था झाली असावी. पण फडकी गुंडाळल्यानं नीटसं कळत नव्हतं. पण मला आश्चर्य वाटलं ते त्याच्या डाव्या हाताच्या मनगटापासून कोपरापर्यंतच्या हाताचं. तो भाग लाल – अगदी सॉससारखा – दिसत होता. रोग झालेले अनेक भिकारी पाहिले असूनही इतकी मोठी चिघळलेली जखम मी पूर्वी कधी पाहिली नव्हती.

रस्त्यावर उन्हात खेळणारी मुलं तो त्यांच्या बिल्डिंगसमोर येताच खेळायची थांबत. पण घरी पळून जायच्याऐवजी बिल्डिंगचं एंट्रन्स, रस्त्यावर उभी असलेली एखादी हातगाडी यांच्या आडोशाला उभं राहून त्याच्याकडं निरखून पाहात.

लहानपणी मलाही अशीच उत्सुकता वाटायची. आमच्या शेजारीच एकाला हा रोग झाला होता. घरामागच्या परसूच्या एका टोकाला त्याला एक झोपडी बांधून दिली होती. त्याची बायको त्याला तिथंच जेवायला वाढायची. तिचं त्याच्याशी फसवूनच लग्न झालं होतं. पण ती त्याची बिनतक्रार सेवा करायची. न्हाऊन केस विंचरत ती मागच्या अंगणात येऊन उभी राहिली की बोटांची टोकं झडलेला तिचा नवरा झोपडीच्या दारात येऊन तोंड उघडं टाकून उभं राहायचा. एका हातानं कळकट धोतराच्या कासोट्यात खाजवायचा, तर दुसऱ्या हातानं दाढीच्या खुंटांना मालिश करायचा. तिच्या तेलकट, तकतकीत नि तांबूस चेहऱ्याकडं पाहिलं की ती कुमारी असावी असं मला वाटत राहायचं. कधी पावडर नाही की दागिना नाही. कुणी तिला हळदीकुंकवालासुद्धा बोलवायचं नाही. पण जाऊबाईंना आलेलं आमंत्रण आपलंच, असं मानून ती जायची नि हळदीकुंकू घेऊन खाल मानेनं परत यायची.

'तो' आता आमच्या शेजारच्या बिल्डिंगशी पोहोचला होता. त्याचं 'अम्माऽऽ माताऽऽ' अजून चालूच होतं. पण त्यांच्या मधले शब्द काही कळत नव्हते. कदाचित तो 'आई' या अर्थाचे सगळ्या भारतीय भाषांतले शब्द ओरडत असावा. तशी आमची कॉलनी कॉस्मॉपॉलिटन आहे. ते त्यालाही माहीत असणार. गेले काही दिवस मी त्याला कॉलनीच्या प्रवेशद्वाराशी पाहिला होता. तिथं तो आकाशाकडं तोंड करून पोटावर थापट्या मारत विव्हळत पडलेला असायचा. त्याच्या दाढीचे पांढरे खुंट बरेच वाढलेले होते. त्याची दाढी करायला बहुधा न्हावी तयार होत नसावा

किंवा न्हाव्याला देण्याइतके त्याच्याकडे पैसे तरी नसावेत; किंवा कदाचित वाढलेल्या दाढीमुळं भीक मिळविण्याच्या आपल्या पोटॅन्शिअॅलिटीत भर पडते अशी त्याची समजूत असावी.

एका बिल्डिंगपासून दुसऱ्या बिल्डिंगपर्यंत लोळत पोहोचायला तो फार वेळ घेत होता. बहुधा कॉलनीच्या प्रवेशद्वाराशी या वेळी काही धंदा होत नसावा आणि म्हणून या जेवायच्या – विश्रांतीच्या वेळी बायकांना (या वेळी घरात पुरुष असणं कठीणच) पाझर फोडायचा उपक्रम त्यानं सुरू केला असावा.

मी भिकाऱ्यांना कधीही पैसा देत नाही. ब्रेड शिळा होऊन त्याला बुरा वगैरे येऊ लागला तरच मी व्हरांड्याला बसवलेल्या जाळीतून तो बाहेर फेकतो - भिकाऱ्याच्या दिशेनं. तो जिथं पडेल तिथून तो उचलून घ्यायला भिकारी पळत येतात. भिकाऱ्यांची समस्या सरकारनं निश्चयपूर्वक व कठोरपणानं सोडवली पाहिजे असं माझं ठाम मत आहे. एवढा टॅक्स घेतात – अविवाहितांकडून जास्तच – पण रस्ते, रेल्वे, पूल कुठंही मोकळेपणानं हिंडणं काही सरकार आम्हाला शक्य करू देत नाही. वास्तविक सरकारनं निरुपयोगी व असाध्य रोग झालेल्यांची बेवारशी कुत्र्यांप्रमाणं सोय लावून टाकायला पाहिजे. इतरांना पकडून लेबर कॅम्पसमध्ये टाकायचं आणि त्यांच्याकडून अन्नावारी कामं करून घ्यायची आणि मुख्य म्हणजे ऑपरेशन करून त्यांची जननक्षमता नष्ट केली पाहिजे. भिकाऱ्यांची नवी पिढी अस्तित्वातच येऊन उपयोगी नाही.

अर्थात मला भिकाऱ्यांची – अगदी महारोग्यांचीही – चीड येत नाही. त्यांचा रागही येत नाही. बिल्डिंगमधल्या लोकांचासुद्धा मला राग येत नाही तर भिकाऱ्यांचं काय? त्यांची – म्हणजे शेजाऱ्यांची – फक्त कीव येते मला. माझ्याशी बोलायचं नाही. माझ्याशी सहकार्य करायचं नाही असं त्यांनी ठरवून टाकलं आहे. पण जातायेता माझ्या व्हरांड्यातून आत खोलवर डोकवायला मात्र ते कमी करत नाहीत. मालकांच्याकडे तक्रार करून त्यांनी माझ्या मोलकरणीलासुद्धा माझ्याकडं यायला बंदी केली आहे. माझ्या एकट्याची कामं करण्याबद्दल मी तिला पन्नास रुपये देतो हे बघवलं नाही त्यांना. अगदी खोदून खोदून चौकशी; काय काय कामं करते? केव्हा येते? केव्हा जाते? यांना काय करायच्या आहेत नसत्या पंचायती? मी एकटा आणि घरी बाईमाणूस नाही असं म्हणाल्यावर सगळीच कामं करावी लागायची त्या बाईला; भांडी घासणं, कपडे धुणं, फरशा पुसणं, रेशन आणि दळण आणणं; कधी कधी गाद्या उन्हात वाळवण्यापासून स्वयंपाक करण्यापर्यंतही ती घरचं सारं बघायची. अर्थात घराची एक किल्ली तिच्याकडं असायची. त्यामुळं साहजिकच मी घरी नसतानासुद्धा ती दुपारी-बिपारी मुलांना घेऊन घरी येऊन बसायची – पंखा लावायची; कधीकधी मुलांच्या आणि आपल्या आंघोळी उरकून

कपडे वगैरे धुवायची. माझा पूर्ण विश्वास होता तिच्यावर. मी आजारी होतो तेव्हा शेजारीपाजारी कुणी चौकशीलासुद्धा आले नव्हते. ती बिचारी मुलांना घेऊन रात्रीसुद्धा मुक्कामाला यायची. या बिल्डिंगमधल्यांनी, आजूबाजूच्या लोकांनी इतकं छळलंय मला – कुणाला कल्पना यायची नाही! एकदा तर मी रेल्वे ट्रॅकवर –

आता तो भिकारी आमच्या बिल्डिंगसमोर होता. मला व्हरांड्यात बघून त्याच्या विव्हळण्याला जोर आला. मीच का – बिल्डिंगमधल्या बऱ्याच भवान्या व्हरांड्यात येऊन उभ्या होत्या. च्‌च्‌च् करत होत्या. यांचं असंच. नुसतं लांबनं हळहळायचं. स्वत: मदत करायची नाही आणि दुसऱ्या कोणी केली तर नावं ठेवायची. माझं लग्न होत नाही असं पाहून सुरुवातीला या असंच हळहळायच्या. पण त्या मोलकरणीला होणारी पन्नास रुपयांची प्राप्ती यांना पाहवली नाही. आता मला सगळं स्वत:चं स्वत: करावं लागतं. लग्न करायचं ठरवलं तेव्हा सगळं सामान माझं मीच वाढवून ठेवलं. दहा वर्षे वाट पाहिली. अनेक प्रयत्न केले - पण लग्न नाही ते नाही! आई-बाप लहानपणी मरून गेले, घरात मोठं कुणी नसलं की असं होतं. लोकांना विश्वास वाटत नाही तुमचा. जणू काही तुम्ही विनायोनी जन्माला आला आहात असंच वागतात सगळे. मला नवल वाटत होतं त्या भिकाऱ्याचं. तो आत्महत्या का नाही करत? त्याला तर ते नक्कीच अवघड नव्हतं. रेल्वेच्या यार्डातच राहतात हे भिकारी. येताजाता माझं लक्ष असतं बारीक. काही वेळा मी मुद्दामच जातो तिकडून - रात्री अकराबाराच्या सुमारास. त्या वेळी काय काय प्रकार चाललेले असतात यांचे. तुम्हाला कल्पना येणार नाही. एका पांघरुणात झोपतात. काही वेळा त्या पांघरुणाचंसुद्धा भान नसतं किंवा पांघरुणच अपुरं असतं बऱ्याच वेळा. क्वचित एखादी महारोगी भिकारीण आपल्या महारोगी नवऱ्याची पाठ चोळत असते. दारू पितात, भांडतात, मारामारी करतात, ओकतात, मटकासुद्धा खेळतात. चक्क मटका! माटुंग्याला आर्य समाजानं चालवलेल्या 'दयानंद हायस्कूल' जवळच्या एका फूटपाथवर अशीच यांची वस्ती आहे. तिकडंही जातो मी मधूनमधून. परवा तिथं एक दाढीवाला भिकारी एका महारोग्याला सांगत होता, डबल पंजा लाव. रोज डबल पंजा लावायला पाहिजे. या आठवड्यात नक्की येणार. ते ऐकून महारोगी आपल्या बायकोकडं खुरडत गेला – ती तिथंच केस विंचरत बसली होती. पाठीवर फाटलेलं जुनाट तेलकट पोलकं – आणि पैसे मागायला लागला. तुझ्याकडं आहेत ना पैसे? दे मला. माहीत आहे तुझ्याकडं आहेत ते. पण तिनं त्याला पार धुडकावून लावला.

या भिकाऱ्यांनी मेलंच पाहिजे – विशेषत: या महारोग्यांनी. काय राहिलंय त्यांच्या आयुष्यात? शारीरिक सुख शक्यच नाही – त्यांच्या जखमेत अळ्या पडल्या होत्या – दारू, अन्न – भीक मागून असे पैसे मिळणार तरी किती? आणि

त्यात तो करणार तरी काय? फार फार तर गरम चहा भुरकणं किंवा विड्या ओढणं किंवा बर्फाचा लाल गोळा चाटणं. रेल्वे यार्डात राहतोय. एखाद्या रात्री रेल्वे ट्रॅकवर जाऊन झोपायचं, कटकट मिटली. पण तो आचका देतच होता. अम्माऽऽ माताऽऽ असं ओरडतच होता. कोणती आई स्वीकारील असला महारोगी, मुलगा म्हणून? गलिच्छ – लाल, धूळ, माशा, दुर्गंधी –

एवढ्यात त्या भिकाऱ्यानं एक विलक्षण गोष्ट केली. इतका वेळ व्हरांड्यात उभं राहून त्याच्याकडं बघत असूनही मी त्याला काही भीक घालत नाही हे पाहून तो चिडला असावा. लोळता लोळता तो एकदम बसता झाला आणि माझ्याकडं पाहात तो पचकन थुंकला – ती थुंकी अर्थात त्याच्याच अंगावर सांडली. पण त्याला त्याची पर्वा नव्हती आणि मग परत लोळण घेत त्यानं अम्माऽऽ माताऽऽ सुरू केलं.

मी आत आलो. कपाटातली छर्ऱ्याची बंदूक काढली – (मोलकरणीच्या मुलांना खेळायला म्हणून मी ती आणली होती.) आणि व्हरांड्यात येऊन त्या महारोग्यावर नेम धरला.

पण मला जाणवलं, बंदुकीची नळी माझ्याच छातीवर टेकली गेलीय...

◆

(युगवाणी, १९७३)

हार्ट पॉईंट

आधी दिवस लहान. त्यातच बाहेर पडायला उशीर झाला होता. हॉलिडे कँप डोंगराच्या उतारावरच होता - झाडांनी वेढलेला. त्यामुळं कँपपेक्षा कँपची कचेरी उंचावर, तर व्हरांडा सोडून अंगणात येताना 'उतरावं' लागायचं. अंगणाचा चौकोन संपला की परत उतार. त्या खालची पायरी म्हणजे इथल्या छोट्या रेल्वेचे रूळ. पुन्हा उतार. मग एक रस्ता. की पुन्हा उतार. मग एक ओढा. त्याच्या पलीकडे चढ. तो चढल्यावर एक रस्ता. या रस्त्यानं जरा डाव्या हाताला गेलं की, फॉरेस्ट पार्क, हॉलिडे कँपहून फॉरेस्ट पार्कला जाण्यासाठी ओढ्याच्या वरच्या अंगाला एक फळ्यांचा डुगडुगता पूलही आहे. हॉलिडे कँप सोडून जरा उतरावं, रेल्वेचे रूळ ओलांडावेत, पुन्हा थोडं उतरावं आणि मागं पाहावं – झाडांनी हॉलिडे कँप गिळून टाकलेला असतो. उंच, काटकुळी, खपल्या पडल्यासारख्या सालीची आणि शेंड्यापाशी फांद्यांचा संसार थाटणारी झाडं. अंजनी, पारजांभूळ, गोडजांभूळ, काटेकुंबळ आणि खाली जमिनीवर गालिचा पसरल्यासारखी, लांबट मोठी पानं असलेली रोपं. कुठंही गेलं तरी हा झाड झडोरा पाठ सोडीत नाही. रस्ता असो, पायवाट असो, खडक असो किंवा आणखी काही असो. खडकावर शेवाळं वाढतं. गवत वाढतं. वाड्याच्या किंवा विहिरीच्या चिऱ्यांतील चुन्यामधून वाढलेली उंबर, पिंपळ, आंबा यांची रोपंही बघितलेली होती. पण इथला प्रकार विलक्षणच. मोठमोठे खडक आरपार भेदून गेलेली मोठी मुळं इथं जागोजागी भेटतात. वर पाहिलं तर विस्तार किरकोळ. पण मुळं मात्र जिवंत नागाच्या मुशीत लोखंडाचा रस ओतल्याप्रमाणं भेदक, चिवट, वेटोळी घालणारी, खडकांचे प्राणही शोषून घेणारी. अनेक ठिकाणी माती धुपून गेल्यामुळं उघडी पडलेली मुळंही अशीच. वरच्या हिरव्या, मवाळ

रूपावरून कधीही सूर्यप्रकाश न पाहणाऱ्या, जीवनासाठी खोल जमिनीत स्वत:ला गाडून घेणाऱ्या आणि झपाटल्याप्रमाणं आंधळा लढा देणाऱ्या या मुळांची कल्पनाही येणार नाही.

दहा मिनिटांत फॉरेस्ट पार्क आला. उजव्या हाताला पॅनोरामा पॉईंटकडं जाणारा उंच डोंगर दिसत होता. त्यावर सूर्याचे किरण दिसत होते. उजव्या हाताला डोंगरच होता, पण तो फार उंच वाटत नव्हता. पार्कमध्ये प्रकाश जास्त वाटत होता. तिथं उंच झाडं फारशी नव्हती म्हणून असेल, तिथून घर बघितलं तर आकाशाचा तुकडा झाडाची एकही फांदी आड न येता दिसत होता. पण चौकोनी पार्कच्या चारही बाजूला कुंपणापासून दहा-पंधरा फुटांवरच झाडांचा वेढा पडला होता. अरण्य म्हणता येईल इतकी दाट व प्रचंड नाहीत, पण भीती वाटावी एवढी प्रचंड संख्या व जवळीक. वाटतं, फॉरेस्ट पार्कमध्ये आपल्या पोराबाळांना जागा करून देण्यासाठी ही स्वारीच्या तयारीत आहेत किंवा आपल्या भाऊबंदांना कापून उभं केलेलं हे नाजूक, दिखाऊ प्रकरण ती जळजळीत विषारी नजरेनं निरखतायेत आणि त्याचा रक्षणकर्ता माणूस तिथून बाजूला सरकण्याची वाट बघतायेत. सूर्याचा सगळा प्रकाश आणि मातीतला सगळा जीवनरस स्वत: शोषतायेत आणि सूर्य व पार्क यांच्यामध्ये पहाडासारखी उभी राहतायेत.

आत्ता फॉरेस्ट पार्ककडं वळायचं नव्हतं. हातात नकाशा होता. त्याप्रमाणं इथलीच एक वाट हार्ट पॉईंटकडं जात होती. नकाशातलं अंतर जेमतेम एकदीड इंच होतं. म्हणजे जास्तीत जास्त एक मैल. पोरग्याच्या चालीनं चाललं तरी जायला वीस मिनिटं. पाचदहा मिनिटं थांबून परत यायचं म्हणजे आणखी अर्धा तास. पाच वीस झाले होते. म्हणजे साडेसहा वाजता कँप. सरळ हिशेब होता. पण पार्कातली घसरगुंडी दिसल्यावर पोरगा पुढं यायला तयार होईना. अडूनच बसला. आम्ही ऐकत नाही असं पाहून 'कडेवर घे'चा घोष, रडणं असे उपाय त्यानं सुरू केले. मग थोडा धाकदपटशा, थोडं चुचकारणं, काही प्रलोभनं आणि आश्वासनंही. शेवटी 'तू बस एकटा पार्कात, आम्ही परत आलो की मग जाताना घरी नेऊ तुला.' अशी शेवटची भाषा. कुथत कुरकुरत का होईना त्यानं चालायला सुरुवात केली.

वाट डाव्या हाताकडील डोंगरावरून जाते. त्यामुळं कँपहून येताना जेवढं उतरलो त्यापेक्षाही जास्त व अधिक खडा चढ. वाटेत एक वाट फुटलेली. क्षणभर निरीक्षण केलं, विचार केला, नकाशा पाहिला आणि ठरवलं हार्ट पॉईंटकडं जाणारी ही वाट नव्हे. पुन्हा थोडं वर चढलो. पुन्हा एक वाट फुटलेली. ती फारशी वापरात नव्हती हे सहज कळत होतं. विरळ पानांचा सडा, बारीक मोठे खडे. रहदारी असती तर वाट कशी स्वच्छ राहिली असती. आता सरळ जायचं की वळायचं? हार्ट पॉईंटला कुणी जात नाही की काय? की वाट अजूनही पुढे होती? सरळ गेलो तर

हार्ट पॉईंटऐवजी गावाच्या हार्टमध्ये पोहोचण्याची शक्यता होती. वळलो तर सापशिडीतल्या प्रमाणं जिथून निघालो तिथंच परत येण्याची भीती. बायकोला व पोराला तिथंच उभं करून सरळ खाली उतरलो. 'मी येणार' म्हणून पोरानं भोकाड पसरलं. पण त्याच्याकडं लक्ष दिलं नाही. पार्कातल्या माळ्याला ओरडून विचारलं. आम्ही जिथं घोटाळ्यात पडलो होतो, तिथूनच फुटलेली वाट हार्ट पॉईंटला जात होती!

परत वर चढलो, पण पोरग्याचा आवाज खाली आला नव्हता. डोक्यात क्षणभर सणक आली. पण रागावण्याचा, मारण्याचा परिणाम उलटाच झाला असता. हार्ट पॉईंटचा नाद सोडून कँपवर परतावं लागलं असतं. त्याला चुचकारलं, त्याचं लक्ष दुसरीकडं वळवण्यासाठी वाटेवर शिवाशिवीचा खेळ सुरू केला. पण पळता पळता त्याचं लोटांगण. गुडघा फुटला. भोकाड आणि मग बायकोच्या जिवाचा संताप. 'काय छळवादी कारटं आहे' पासून सुरुवात. 'एकटा आहे म्हणून तुम्ही लाडावून ठेवलाय. काय हवं ते मागायच्या आधी मिळतंय तरी याचं रडणं का म्हणते मी!' हे मध्यांतर आणि शेवट 'तो असेपर्यंत मला सुख लागणार नाही. म्हणजे मी असेपर्यंत.' अर्थातच मुलांना कसं वागवावं यावरचा नेहमीचा वाद, संवाद. "मुलांना बोलू नये. काय हवं ते त्यांच्याकडून कसं घ्यावं प्रत्यक्ष. क्षुल्लक गोष्टींच्याकडं दुर्लक्ष करावं आणि मुख्यत: मुलालाही त्याच्या आवडीनिवडी, इच्छा, मूड्स असतात हे लक्षात घेऊन आपली सहनशक्ती वाढवावी!" हे माझं म्हणणं. तर तिचं म्हणणं, "मुलानं रडलेलं नाही मला सहन होत. नाही मला सहनशक्ती. तुमचं – माझं या बाबतीत पटायचं नाही. रडणं, अंगचटीला येऊन केलेला दंगा, वेडे हट्ट असलं काही सहन करायची नाही मला ताकद. तुम्ही मला बोलू नका या बाबतीत पुन्हा!"

एवढ्या वेळांत पोरगा गप्प – अर्थात्च माझ्या कडेवर – झालेला. इंग्रजीत बोललो तरी आईबाप आपल्याबद्दल बोलतायेत, एवढं त्याला कळलेलं आहे. मागं एकदा त्यानं सांगितलं, "तुम्ही इंग्रजीत बोलू नका, मला समजत नाही."

वाट उतरते आहे. डाव्या हाताला डोंगर – झाडीत झाकलेला. उजव्या बाजूला उतार – झडोऱ्यात लपलेला. पुन्हा एक वाट फुटलेली उजव्या हाताला. पुन्हा प्रश्नचिन्ह. वळणांच्यामुळं डोंगर कुठं संपतोय हे कळत नाही – त्यामुळे हार्ट पॉईंट कुठल्या वाटेला असेल याचाही अंदाज येत नाही. पुन्हा एकदा सगळ्यांना तिथंच उभं करून माझं एकट्याचं शोधपथक पुढं. पोरग्याला खाली उतरवलं. त्याचा मी येणार म्हणून हट्ट. बायकोचा संताप. तेवढ्यात मी परततो. उजव्या बाजूला फुटलेली वाट म्हणजे खाली उतरायचा शॉर्टकट असावा. परत पूर्वीच्याच वाटेवरून चाल सुरू. काहीसा चिडक्या, स्वत:च तयार केलेल्या व्यूहात धडपडणाऱ्यांच्या

मन:स्थितीत.

वाट डाव्या हाताला वळली आणि धक्काच बसला. वाट खाली उतरत होती बरीच आणि एकदीड फर्लांगावर परत उजव्या हाताला वळत होती - ती थेट जात होती डोंगर संपतो तेथपर्यंत. मधे होती ती घळ. वळणावर उभं राहून पाहिलं तर तो एक प्रचंड द्रोण वाटत होता. डाव्या हाताला डोंगर, समोर डोंगर. त्याच्या पलीकडं झगझगीत प्रकाशाची फट आणि तिला लागून पॅनोरमाकडं जायच्या वाटेवरचा डोंगर. चांदीच्या द्रोणाला पायऱ्या पायऱ्या असलेल्या पाहिल्या होत्या लहानपणी. डोंगराच्या कुशीतल्या पायवाटा तशाच दिसत होत्या, या प्रचंड द्रोणाच्या चारी भिंतींवर, पळसाच्या द्रोणातल्या मुंगीप्रमाणं आम्ही या द्रोणांतल्या एका घडीवर उभे होतो आणि द्रोणात कुणीतरी काळोख भरत होतं. माणसाची निशाणी नव्हती कुठं मागंपुढं. किडे किर्रर करायला लागले होते कुठं कुठं एवढ्यातच. जवळचं दिसतंय, पण झाडांच्यातली जमीन, फांद्यांच्यातलं आकाश गिळलंय काळोखानं. नाही. काळोख नाही. धुरासारखा अंधार. झाडांच्या खोडांवर शेवटी घासत पुढं सरकतोय अंधार, भुऱ्याकबऱ्या मांजराप्रमाणं. पायाखाली केव्हा पोहोचेल याचा नेम नाही. जवळच्या झाडांची खोडं वेगवेगळी दिसताहेत, पण झाडांची शिप्तरं एक झालीयेत. माझ्याच कवितेच्या ओळी ओठावर येतायेत. 'जेव्हा भयाचा संध्याकाळ झाकळून येतो...' ओळी जुळल्या तेव्हा माणसांच्या जंगलात, निऑन साइन्सच्या काळोखात तडफडत होतो. मी - एक अनोळखी, एकटा जीव. आज या नैसर्गिक जंगलात, अंधाराच्या द्रोणात, बायकोला व मुलाला घेऊन उभा मी - या निसर्गाला परका, या वातावरणात पोरका, वाढल्या जबाबदारीनं अधिकच अस्वस्थ.

पुढं जायचं की परत फिरायचं? निर्णय कठीण होता. परत फिरण्यात पराभव होता. नामुष्की होती. हातातोंडाशी आलेला असेल हार्ट पॉईंट. पॅनोरमावरून सूर्योदय पाहिला, हार्टवरून सूर्यास्त पाहू. बरोबर बॅटरी आहे, काठ्या आहेत. तरी पुढचं प्रत्येक पाऊल धाडस वाटतंय. पॉईंट उंचावर, डोंगरमाथ्यावर असणार, आणि आम्ही तर अजून खाली उतरलोय. शंकाकुशंका किर्रर करतायेत. वाट चुकलो तर नाही? सोडलेल्या वाटा तर जात नव्हत्या हार्ट पॉईंटला? शेवटी बायको ठाम उभी राहाते. म्हणते 'एक काय ते ठरवा, किती वेळ चालायचं ते. मी असं अनिश्चितपणानं एक पाऊल टाकायला तयार नाही यापुढं.' सहाला दहा मिनिटं आहेत. शेवटी ठरतं सहापर्यंत चालायचं. जितकं जाता येईल तितकं. बरोब्बर सहा वाजता परतायचं. मग पॉईंट मिळो, न मिळो.

आणि क्षणोक्षणी द्रोणात अंधार वाढतोय. क्षणाक्षणाला पॅनोरमाच्या डोंगराकडं लक्ष जातंय - सूर्य अजून आहे का बुडाला हे पाहण्यासाठी! तिथं प्रकाशाचे तांबूस

सोनेरी पट्टे दिसताहेत, म्हणून सूर्य अजून आहे, हे तरी कळतंय. नाहीतर मुंबईला सूर्य कधी उगवला न् कधी मावळला याचा पत्तासुद्धा लागत नाही. सूर्य मावळला तरी जीवनाचं रहाटगाडगं चालूच राहातं. सूर्यावर काहीच अवलंबून नसतं. मनगटावर घड्याळ असतं. रस्त्यावर दिवे असतात. अंगाला अंग घासून माणसं हिंडत असतात. सूर्याविना कुणाचं अडलंय? पण आता इथं कळतंय – आर्य ऋषींना सूर्य कसा दिसत असावा ते. या वनराजीत आपणही वन्य संस्कृतीपर्यंत पोहोचतो मनानं. सूर्याचा जळता गोळा क्षितिजावर टेकला की जाळ पेटवावा लागायचा अरण्यानं वेढलेल्या मानवाला. तरीही भय असायचंच – मनात नि अवतीभवतीही. दूरवर मोडणाऱ्या काटक्या, उग्र वास, मधूनच एखादी किंकाळी नि आरोळी, जीवघेणी धडपड. अंगावरचा केसन्केस व्हायचा काळोख्या भयाचा भाला. सूर्य आहे तोवर आश्वासन आहे, दिलासा आहे, संरक्षणाची, वाट दिसण्याची हमी आहे, लढायची हिंमत आहे. एकदा तो मावळला की घर आणि आपण यामध्ये काळोखाची भिंत उभी. सगळे रस्ते संपलेले. सगळे दरवाजे बंद.

बायकोला हिरकणीची आठवण झाली. गडाचे दरवाजे बंद झाल्यावर उभ्या कड्यावरून कशी उतरली असेल ती बाई गर्द काळोखात! माया, ओढ, आतडं – वर्षं सरली. झाडं कमी झाली – तरी भय तेच, ओढ तीच. आतडं तेच. पोरग्याला मी उचलून घेतलेलं आणि आम्ही झपाझप चाललोत. एक शब्दही न बोलता.

"हे सूर्या, तुझं तेज हाच आमचा मित्र आहे. तुझं पूजन आम्ही सर्वदा करावं. हे अग्ने, हा मी मर्त्य तुला अमर्त्याला हाक मारीत आहे. प्राण्यांच्या शरीरात उष्णतेच्या रूपानं तुझं अस्तित्व असतं. हे सूर्या तुझ्या रूपानं विश्वशक्ती प्रकट होते व गुप्त होते. हे अग्ने, तू सर्वव्यापी आहेस, जीवनाधार आहेस."

डोळे आहेत म्हणून प्रकाश आहे, काळोख आहे. वारा आहे म्हणून श्वास आहे. पाणी आहे म्हणून पोषण आहे.

"हे मनुष्या, तुझा नेत्र सूर्यात जावो.
आत्मा वायूत जावो.
तू जळात मिसळून जा.
अंगांसह वनस्पतीत जा."

उतार संपला. घळीची एक बाजू संपली. वाट उजव्या हाताला वळली. सहाला सात मिनिटं होती. पावसाळ्यात इथून पाणलोट वाहत असावा. आता कोरड्या नदीत उभं राहिल्यासारखं वाटतंय. ही घळ म्हणजे डोंगराची चरत जाणारी जखमच. कधी हजारपाचशे वर्षांनी जखम इतकी चरेल की एका डोंगराचे दोन डोंगर होतील. एकमेकांचं नातं विसरतील, संबंध संपतील – एकाच आईच्या पोटी आलेल्या दोन भावांच्याप्रमाणं त्यांच्यात एक खोल दुर्लंघ्य दरी निर्माण होईल. पाणलोटामुळं माती

धुपून झाडांची मुळं उघडी पडलीयेत. पण झाडांच्या आधारानं डोंगराची कपार तोल सावरून उभी आहे. मुळाशी तयार झाली ती गुहा. इथं कुणी लपून बसलं तर कळायचंही नाही समोर येईपर्यंत – आणि इथं कुणी तपश्चर्येला बसला, तर त्याची हाडं फोडून ही लावसट मुळं पार होतील त्याच्या अंगातून. किती वर्षं इथं आहेत हे डोंगर, हे दगड, ही झाडं. शेवटी जागाच सत्य, माणूस अनित्य, तात्पुरता! नेमाडेंची कोसला आठवली, 'भटकते भूत फिरते कुठे...'

सहाला दोन मिनिटं होती आणि एकदम प्रकाश दिसला. वाटेच्या टोकाजवळ असलेल्या एका झाडाच्या शेंड्यावर. अजून सूर्य मावळला नव्हता! अजून रात्र झाली नव्हती! दहा पावलं आणखी, आणि शेंड्यावरचा सूर्यप्रकाश वाटेवर उतरला. वाटेवरची तांबडी माती, हिरवी गवतपाती सोनेरी प्रकाशांत झगमगून उठली. वाट जिथं संपत होती तिथं प्रकाशाचे तोरण होतं, झाडांच्या कमानीवर लावलेलं.

चार पावलं मागं पडलेल्या बायकोला ते दाखवलं. पाय आपोआप पळू लागले. बायकोला म्हटलं, "ही वाट कशी शिवाजीच्या वेळची वाटत नाही! ऐतिहासिक सिनेमात शूटिंग करायला इतकी अस्सल व्हर्जिन वाट शोधून सापडायची नाही. शिवाय घोडदौडीलाही उत्तम. इथं घोडेही हवे तेवढे, दोन-अडीच रुपये तासावर उमदी जनावरं. या वाटेनं कुणी येत नसावं हार्ट पॉईंटला. डोंगराच्या दुसऱ्या बाजूकडून आणखी एक वाट येत असावी. इकडं – आणि गावांतून येणारे सगळे तिकडून येत असावेत. या बघ, या प्रकाशाच्या तोरणाजवळ दोन्ही वाटा मिळतात. जाताना त्या वाटेनं जायचं का?"

"आधी पोहोचू या तरी पॉईंटवर," एवढंच तिचं उत्तर. प्रकाशाच्या तोरणापलीकडं एक छोटंसं पठार होतं. टेबलासारखं. त्यावर जायला अरुंद वाट. पश्चिमेच्या डोंगररांगेच्या वर चार बोटं सूर्य होता. लाल शेंदरी गरगरता गोळा. रोखून पाहिलं तेव्हा गरगरत्या स्ट्राईकरसारखा दिसला, कॅरमवरच्या. सूर्य पाहून पोरगाही हुषारला. खाली उतरून धावायला लागला. त्याच्या मांड्या झाकण्याइतकं उंच गवत. अनेक ठिकाणी जळल्यामुळं बेचिराख. डागल्यासारखा दिसणारा तो हार्ट पॉईंट. तीन बाजूंना खोल दरी आणि डोंगराशी नातं जोडणारी वाट. ही अरुंद वाट एखाद्या भूकंपात खचेल आणि टेबलाच्या आकाराचं हे हार्टचं डागलेलं पठार एकटं राहील – ऊन-पावसाचा मारा खात कुणास ठाऊक किती वर्षं!

पोरग्याच्या चड्डीतली कुसळं काढली. आता तो कडेवर बसायला तयार नव्हता. जागजागच्या बिळांत त्याचे लाल बूट फसू नयेत, म्हणून त्याला हातानं ओढत, सावरत आम्ही पठारावर पोहोचलो. पोराला बायकोजवळ देऊन पश्चिमेच्या टोकाशी आलो. दूरवर समुद्रमंथनात वापरलेल्या रवीसारखा दीपमाळेच्या आकाराचा एक उंच सुळका – फक्त तळाशी डोंगराला जमिनीनं जोडलेला. मी ठरवलं तो

पॉर्क्युपाइन् पॉईंट असावा, दगडमातीनं घडवलेल्या सूचीपर्णी वृक्षासमोरचा पॉईंट.

पोरानं हाक मारली म्हणून मागे वळलो – आणि दचकलो. एक गोल, पांढूर, डागळलेला चेहरा बघत होता आमच्याकडं वाकून. डोंगरावर त्यानं हनुवटी टेकली ती – ओ हो हो हो, हा तर चंद्र! आज पौर्णिमा. इकडं सूर्य प्रखरता संपवून रंगपंचमी खेळणारा. डोंगररेषेवर गरगरणारा. इकडं चंद्र – सौम्य, उदास, डोंगररेषेवर थबकलेला. त्या क्षणाचं चैतन्य, हृदयांतली खळबळ शब्दांत पकडायला एखादा आर्य ऋषीच हवा – अंगावर निसर्गाचं वारूळ वाढू देणारा!

बायको म्हणाली, ''चला, रेंगाळू नका. झालं ना पाहून? साडेसहाच्या आत कँपवर पोहोचायला हवं महाराज.''

मुकाट्यानं पोराला उचलून घेतला, आणि आम्ही परत फिरलो.

◆

(विविधा, एप्रिल १९६९)

गोष्ट तिची – नि माझीही!

एकदा आम्ही भटकायला गेलो होतो.

एकमेकांना खेटून चालत होतो. कोण आधी खेटलं हे महत्त्वाचं नाही. पण सांगायला हरकत नाही – तीच. मी अंग चोरलंही नाही की रोवलंही नाही. माझ्यापेक्षा मोठी असल्यामुळं की काय, मी सारी जबाबदारी तिच्यावर टाकली होती.

तर तिची ही गोष्ट.

तिची म्हणजे, तिनं सांगितलेली. त्या रात्री.

फिरणं संपल्यावर तिनं मला एका हॉटेलात नेलं. सगळं कसं रिकामं होतं ते. उजेड-अंधाराच्या सीमारेषेवर घुटमळणारा अंधूक प्रकाश. रिकामी टेबलं, खुर्च्या, कोच.

दोन कप कॉफी.

टेबलावर हातांची घडी. त्यावर टेकलेला तिचा उभट चेहरा. सावळा, ठसठशीत, प्रौढ - आकर्षक. लाडिक जिवणी, गालाला खळी, चिमटीत धरून हलवावं असं नाक, कपाळावर केसांची महिरप आणि फडफडते डोळे...

कधी कपावर, कधी माझ्यावर, कधी माझ्या पलीकडे अवकाशावर.

"मी एक गोष्ट लिहिली." ती म्हणाली.

"एका मुलीची, सोळा-अठरा वर्षांची अल्लड. तिचा एक समवयस्क मित्र असतो, तो तिला नियमितपणे भेटायला येतो, ते फिरायला जातात. तिचं त्याच्यावर खूप मनापासून प्रेम असतं."

तिनं कॉफीचा एक घोट घेतला.

मी गप्प होतो. तिच्याकडं बघत सिगारेट पेटवून.

"तर तिचे एक शिक्षक असतात, किंवा वयानं मोठे असलेले एक दूरचे

नातेवाईक. त्यांना दुसरं कुणी नसतं. त्यांच्याबद्दलही तिला जिव्हाळा वाटत असतो. ते तिला पुस्तकं देतात, पिक्चर्स दाखवतात, चांगलं-वाईट काय हे समजावून सांगतात. चर्चा करतात तिच्याशी.''

मी ऐकत होतो.

''तिला त्या दोघांना दुखवायचं नसतं. कारण ते तिला आवडत असतात, पण तिला लग्न मात्र तिसऱ्याशीच करायचं असतं. एका इंजिनिअरशी.''

ती काही वेळ गप्प राहिली.

''तसं पाहिलं तर कुठलंही मानवी नातं अपूर्णच असतं; नाही? एकापासून एक मिळतं, दुसऱ्यापासून दुसरं. आपल्याला सगळंच हवं असतं आणि कुणाकडून काही घ्यायचं म्हटलं की आपल्यालाही काहीतरी द्यावंच लागतं. कळत-नकळत.''

तिनं कॉफीचा शेवटचा घोट घेतला.

''तीही देत होती. तिच्याबद्दल गैरसमज वाढत होते. तिघांनाही वाटायचं, ती इतरांना प्रेफरन्स देते. आपल्यापासून काही गोष्टी गुप्त ठेवते. तिघांनाही एकमेकांबद्दल अविश्वास वाटायचा. असूया वाटायची – तिच्याबद्दल तर आकर्षण नि तिरस्कार, प्रेम नि द्वेष, असं एकदम वाटायचं. इतरांजवळ ते तिची निंदा करायचे, तिला नावं ठेवायचे. पण इतरांना सोडून तिनं फक्त आपल्याला जवळ करावं म्हणून झुरायचे.''

मधेच तिनं विचारलं, ''तुला कंटाळा तर नाही ना आला!''

''छे: छे: गोष्ट भलतीच इंटरेस्टिंग आहे. खरं म्हणजे कादंबरीचाच आहे हा विषय,'' मी म्हटलं.

''म्हणूनच अजून कुठं प्रसिद्ध केली नाही. कधी वाटतं, तसं काय विशेष आहे तिच्यात? अनेक पुरुषांना जवळ येऊ देणाऱ्या स्त्रीची कैफियत – तीही केविलवाणी – एवढंच तर नाही ना तिचं स्वरूप? पण कधी वाटतं, त्यातली ती एक कल्पना आहे ना – सगळी मानवी नाती अपूर्ण असतात ही – ती मांडलीच पाहिजे, निदान त्या कल्पनेसाठी..''

तिनं बोलणं अर्धवट सोडलं. आम्ही उठलो. बाहेर रिमझिम पाऊस पडत होता. तिला टॅक्सी करून द्यायला हवी होती, पोहोचवायला जाण्यात अर्थ नव्हता. तिच्या नवऱ्याला ते आवडलं नसतं.

टॅक्सीच्या पाठीमागच्या काचेतला तिचा ठसकेदार अंबाडा दिसेनासा झाला.

...आणि सिगारेटच्या जळत्या टोकावर वीस वर्षांपूर्वी ती कशी दिसत असेल याची प्रतिमा दिसू लागली आणि तिच्या आजूबाजूला अनेक ओळखू न येणारे चेहरे.

तिनं ती गोष्ट मला का सांगितली, हे कळत होतं, आणि तरी मनातल्या असूयेची ठिणगी विझत नव्हती.

♦

(जिप्सी, दिवाळी १९७०)

अंधाराच्या अरण्यात

१

"...You must give complete attention. You must be aware of the totality of life, with its conflicts and struggles, with its joys and sorrows..."

विश्वनाथ महादेव लिखिते काही काळ देहभान विसरला होता. अत्र ना परत्र अशी संध्याकाळ डोळ्यांत भिनत होती. सगळे कसे चित्राप्रमाणे स्थिर नि स्तब्ध होते. काळ थांबला होता. कावळ्यांची काव काव आणि रातकिड्यांची किर्र्र्र्- एखाद्या अरण्याचा भास होत होता, भर वस्तीत. एक उंच, सडपातळ, सुरकुतलेली पण तेजस्वी आकृती पद्मासन घालून बसली होती समोर व्यासपीठावर. शांत वातावरणात संथ वजनदार शब्द उमटत होते, वाऱ्याच्या झुळकांनी शांत तळ्यावर लाटा उठावेत तसे. ऐकू येणारे शब्द अमानवी वाटत होते - समोरच्या आकृतीचे ओठ उघडझाप करताना दिसत असूनही. जणू काही त्या शब्दांच्या ध्वनिलहरी वातावरणात होत्याच अनादि काळापासून. आता त्या शब्दरूप घेत होत्या एवढेच!

"...या जगात धर्म म्हणून काही नाही. कुणी गुरू नाही, कुणी प्रेषित नाही. हे सारे कल्पनांचे खेळ आहेत, माणसाने आपल्या समाधानासाठी शोधून काढलेले. विचार, श्रद्धा, भावना, धर्म, नीती अशा पिंजऱ्यात आपली मने कोंडलेली असतात. म्हणून मन स्व-तंत्र होत नाही आणि जेथे स्वातंत्र्य नाही तेथे आनंद नाही. म्हणून प्रत्येक क्षणी भूतकाळ व भविष्यकाळ यांना आपण मेले पाहिजे. केवळ निखळ वर्तमान जगला पाहिजे. सगळ्या संपूर्ण जीवनाची जाणीव असली पाहिजे आपल्याला सतत..."

डोळे मिटले व मन एकाग्र केले की वाटत होते – हे आपलेच शब्द आहेत.

आपल्याच मनातले हे शिलारूप शब्द चैतन्यस्पर्श होऊन बाहेर येताहेत आणि त्यांच्यामागे आपला सारा जीवनपट कोरलेल्या शिल्पाप्रमाणे साकार झाला आहे.

२

प्रवचनाहून परतताना विश्वनाथची पावलं फार हलकी पडत होती. जणू त्याच्या शरीरशक्तीचा ताबा झुगारून त्याचे पाय वाऱ्यावर स्वार झाले होते. रात्रीच्या अंधारात प्रत्येक झाडाला, प्रत्येक घराला एक वेगळेच व्यक्तिमत्त्व लाभले होते. पाने फांद्यांत लपली होती आणि फांद्यांचे स्वतंत्रपण लोपून झाडांचे केवळ आकार अवकाशाच्या कॅनव्हासवर उठून दिसत होते. घरेही जिवंत झाली होती. फक्त गडद आकाराच्या त्यांच्या रंगांचं वेगवेगळेपण, बांधणीतले सारे चौकोन अन् गोल सारे सारवले गेले होते. त्या भुलावण घालणाऱ्या छायारूप अस्तित्वात त्यांच्या प्रकाशित खिडक्या सताड उघड्या डोळ्यांप्रमाणे दिसत, तर त्यांच्यावरचे पडदे पापण्यांप्रमाणे फडफडकत. दोन्ही बाजूंना उतरत्या पडव्या असलेले एक दुमजली घर, कंबरेवर हात ठेवलेल्या विठोबाप्रमाणे दिसत होते; तर बांबूचा आधार दिलेली एक जुनी माडी काठीचा आधार घेतलेली म्हातारी वाटत होती. हे दगड, हे दारंखिडक्यांचे लाकूड, आता तलम वाटणारे हे मळके, विटके रंग – हे सगळे कधी काळी जिवंत होते. त्यांनाही स्पंदने होती. मग कधीतरी त्यांच्यावर सुरुंग पेटले, करवती कोसळल्या आणि त्यांच्या प्रेतांनी घरे बांधली गेली. आत्ता, या रात्रीच्या शांत वेळी, ती प्रेते जिवंत झाली होती. नि:शब्दपणे एकमेकांशी संवाद करत होती.

– त्यांची भाषा कळायला आपला कण न् कण जागृत हवा, सावध हवा, देहाचे भान हरपले पाहिजे. आपलेही शरीर-चालत असले तरी प्रेत बनले पाहिजे.

३

विश्वनाथ घरी पोहोचला तेव्हा वातावरण तंग होते. दिंडी-दरवाजा पायानेच ढकलून तो आत शिरला. कडीचा खळखळाट वाड्यात घुमत राहिला. ओट्यावर काकू बसल्या होत्या. अंगणात गादी घालणारे कुलकर्णी मास्तर हातातला पलंगपोस तसाच सोडून उभे राह्यले. त्यांनी हाक मारली,

"विश्वनाथ."

इतका वेळ त्याच्या येण्याचा पत्ता न लागलेल्या काकू धडपडत उभ्या राहिल्या. डगडगती काठी जमिनीत रोवायचा प्रयत्न करीत शक्य तितक्या घाईने

पुढे आल्या आणि मास्तरांकडे पाहात पुटपुटल्याप्रमाणे म्हणाल्या,

"मास्तर, त्याचं जेवण व्हायचंय अजून. नंतर विचारा काय विचारायचं ते.''

विश्वनाथ जागच्या जागी उभा राहिला – कुठल्या तरी अनामिक शक्तीनं भारल्यासारखा. काकू म्हणाल्या,

"चल, चार घास खाऊन घे आधी.''

"मला भूक नाहीये.'' विश्वनाथ तुटकपणे म्हणाला.

पण त्या साध्या शब्दांनी काकूंच्या मनातले बांध फुटल्यासारखे झाले. थरथर कापत हिस्टेरिकल आवाजात त्या ओरडल्या.

"कशाला असेल भूक! हॉटेलात जाऊन विकतचं खायला जीभ चटावलीये ना. घरी तरी कशाला येता मग. आई-बाप लहानपणीच मरून गेले, सुटले बिचारे! मीच म्हातारी कशाला उरलेय कुणास ठाऊक. जा जा. कुठंही शेण खायला जा. मी शब्द म्हणून विचारायची नाही आता.''

थरथरत त्या मागे वळल्या आणि कष्टानं परत ओट्यावर जाऊ लागल्या. आपण आता बोलून काहीही उपयोग होणार नाही हे त्याला ठाऊक होतं. या म्हाताऱ्या जिवाची तडफड टाळणं त्याच्या हातात असतं तर –

"विश्वनाथ-'' मास्तरांनी हाक मारली.

"बघा, बघा, काही लाजलज्जा आहे का? का कोळून प्यालास सगळं? एवढी मी किंचाळतेय, पण याच्या जिवाला ढिम्म नाही. राक्षस मेला!'' काकू पुन्हा वळून बडबडल्या.

"विश्वनाथ, तुझ्याशी मला काही बोलायचंय. तू जेवण करून घे.'' मास्तर म्हणाले.

"मला जेवायचं नाही, मास्तर बोला काय बोलायचंय ते.'' विश्वनाथ त्यांच्या गादीजवळच्याच सतरंजीवर बसत म्हणाला.

एवढ्यात आतून कोणीतरी कडाडलं,

"तू कशाला दारात जाऊन उभी राह्यलेस मडमेसारखी. आत हो, नाहीतर लाटणंच घालते बघ पाठीत.''

विश्वनाथनं ओळखलं, ही प्रतिभाची आई, मास्तरांची बायको आणि त्याला मागं न बघताच समजलं, प्रतिभा दारात येऊन उभी आहे.

शांत स्वरात मास्तर म्हणाले,

"राहू दे तिला इथं उभी. तिच्याच संबंधी बोलणं व्हायचंय.''

विश्वनाथनं वळून प्रतिभाकडं पाहिलं. तिच्या ताठ उभं राहण्यात बंडखोरी होती. मास्तर कशाविषयी विचारणार याची त्याला कल्पना आली होती. पण ते प्रश्न कुठल्या शब्दात विचारणार आणि आपण काय उत्तर देणार, हे त्याला कळत नव्हतं.

मास्तरांनी सभेत भाषण द्यावं तशी सुरुवात केली.

"विश्वनाथ, तुझ्या व प्रतिभाविषयी काय बोललं जातं याची तुला कल्पना असणारच. इतके दिवस मी दुर्लक्ष करीत आलो. म्हटलं तुम्ही बरोबर वाढलाय, हिंडला फिरला एकत्र तर त्यात एवढं विशेष काय..."

"हो, विशेष काय म्हणे. या असल्या चालढकलेपणानंच पोरीच्या जन्माचं वाटोळं व्हायची वेळ आलीय."

प्रतिभाची आई दारात येत म्हणाली.

"हे पाहा, मला बोलू द्याल का तुम्हीच बोलणार आहात सगळं? तसं असलं तर सांगा. मी आपला गप्प बसतो."

"गप्प बसाल नाही तर काय? तुम्हाला तेच हवंय. एवढं सगळं गळ्याशी आलंय."

हुंदका आल्यानं मास्तरीणबाईंनी वाक्य अर्धवट सोडून तोंडात लुगड्याच्या पदराचा बोळा कोंबला.

क्षणभर थांबून मास्तरांनी परत सुरुवात केली.

"पण आता प्रतिभा लग्नच करायचं नाही म्हणते. कारण विचारलं तर गप्प बसते. दोन-तीन चांगली स्थळं नाकारली तिनं. शेवटी तिच्या मैत्रिणीकडनं कळलं, तिला तुझ्याशीच लग्न करायचंय."

त्यांनी अपेक्षेनं विश्वनाथकडं पाह्यलं. तो गप्पच होता. थोडी वाट पाहून तेच पुढं म्हणाले,

"मागं आम्ही तुला विचारलं होतं. शिक्षण व्हायचंय असं तू उत्तर दिलंस. तुझ्यासाठी थांबू का म्हणून विचारलं, तर म्हणालास माझ्यावर अवलंबून राहू नका."

प्रतिभा आत निघून गेली होती. विश्वनाथला वाटलं, उशीत डोकं खुपसून ती हुंदके देत असावी. त्याला स्वामीजींचं प्रवचन आठवलं. भूतकाळ असा तोडून तुटतो का? मनानं पाश तोडले तरी व्यवहाराचा भोवरा कसा फोडणार जिवंत असेपर्यंत? मास्तर बोलतच होते,

"तुला तिच्याशी लग्न करायचं नव्हतं तर तिच्याबरोबर तू का हिंडतोस? तिला फिरायला घेऊन जातोस, हॉटेलात जाता तुम्ही दोघं. मला कळलंय सारं. तुझ्याकडून माझी ही अपेक्षा नव्हती. लहानपणापासून तू किती विचारी, किती देवभोळा! रोज पुराणाला, भजनाला जायचास, घरी पोथी वाचून दाखवायचास, कीर्तन चुकवायचा नाहीस - काकूंच्या बरोबरीनं उपास करायचास. आता तर तू शिकलास-सवरलास..."

तो काही बोलेल या अपेक्षेनं ते थांबले. तोंडावर तिरस्कार अन् संताप असूनही

प्रतिभाची आई वाट पाहात होती. हे सगळं निरर्थक असल्याचं कळत असूनही मन त्यावर विश्वास ठेवायला तयार नव्हतं.

शांतपणानं विश्वनाथ म्हणाला,

''लहानपणी मी काय करत होतो, किंवा मी काय शिकलोय याचा याच्याशी काही संबंध नाही. मी प्रतिभाबरोबर हिंडणं फिरणं तिला किंवा तुम्हाला नापसंत आहे, हे मला माहीत नव्हतं आणि हिंडण्याफिरण्याचा लग्नाशी संबंध असतो, हेही. मी कॉलेजात बऱ्याच मुलींबरोबर हिंडलो, पण त्यातल्या कुणाची लग्नाची अपेक्षा होती असं मला वाटत नाही. तुम्हाला पसंत नसलं तर नाही मी जाणार तिच्याबरोबर कुठं.''

''निर्लज्ज, उलट्या काळजाचा राक्षस. करूनसवरून वर नामानिराळा. कधी कल्याण होणार नाही मेल्याचं.''

प्रतिभाच्या आईचा स्वत:वरचा ताबा सुटल्यासारखा झाला.

मास्तरांनी वैतागल्यासारखं दाराकडं बघितलं. पण पूर्वीच्याच शांत स्वरात ते म्हणाले,

''तुम्ही आत जा पाहू.''

मग ते विश्वनाथला म्हणाले,

''हे या पुढचं झालं. पण इतके दिवस जे घडलं त्याचं काय? प्रतिभाला एक-दोन ठिकाणी नकार मिळाला – मुलगी पसंत असूनही. चौकशी केल्यावर कळलं खरं कारण.''

''कोणतं?''

''तुझ्या-तिच्या संबंधांबद्दल गैरसमज आहेत हे.''

विश्वनाथ गप्प बसला. थोडा वेळ कुणीच बोललं नाही. दूरवरून आल्यासारखे कुणाचे तरी घुसमटून रडण्याचे आवाज येत होते. दाराआड, भिंतीआड, कुठंतरी एक मुलगी हृदय पिळवटून नि:शब्द आकांत करत होती. असा कसा करता येतो कुणाला आकांत? कसं वाहतं डोळ्यातून पाणी खळाखळा? खरंच दुसऱ्या कुणासाठी इतकं पातळ होतं मन? विश्वनाथला थिजल्यासारखं झालं होतं.

''तू काकूंशी बोल.'' मास्तर म्हणाले.

''काय?''

''काय करायचं यासंबंधी?''

''हो.''

''पण काकू काय करणार यात?''

किंकर्तव्यमूढ झाल्याप्रमाणं मास्तरांनी नि:श्वास टाकला. त्याच्या खांद्यावर थोपटत ते म्हणाले,

"तू विचार कर यावर. काकूंचा सल्ला घे. पुन्हा आपण बोलू आठवड्यानं."

त्यांच्या खांद्यावर थोपटण्यानं विश्वनाथला अस्वस्थ वाटायला लागलं. त्याला लहानपणाची आठवण झाली. वडील रागावले किंवा त्यांनी मारलं की मास्तर त्याला असंच थोपटायचे. त्यांची बोटं खांद्यावर मंदपणानं थोपटत राहायची आणि त्याला भरून यायचं. वडिलांच्याबद्दलचा सगळा राग, संताप, त्वेष वाहून जायचा. हुंदके देत तो मोकळेपणानं रडायचा. निचरा व्हायचा सगळ्या कल्लोळाचा आणि मन कसं हलकं हलकं व्हायचं. आत्ताही त्याचे डोळे चुरचुरायला लागले होते. आवंढा आत आत ओढला जात होता. पण बांध फुटत नव्हता. शब्द उमटत नव्हता. कोरड्या आवाजात तो म्हणाला,

"बऽरं!"

-आणि उठून तो चालायला लागला.

४

हॉलमध्ये विश्वनाथ तीनताड आडवा पसरला होता. मळलेला पलंगपोस. पोपडे उडून उखडलेली जमीन. कोळिष्टकांचं छत आणि हॉलभर भरून राहिलेल्या प्रकाशाच्या लहरी.

आज त्याला सगळं काहीसं वेगळं वाटत होतं. डोळे सताड उघडे ठेवून वारलेले वडील आठवत होते. हातातून दोर सुटून उलगडत्या राहाटाबरोबर आडात फेकली गेलेली आणि आत पडताना तोंड चेचून निघालेली आई आठवत होती. आश्चर्य म्हणजे आडातून बाहेर काढली तेव्हा त्याच्या आईचे डोळे सताड उघडेच होते. आपले आई-वडील असे डोळ्यांच्या खिडक्या उघड्या ठेवून का गेले, हा प्रश्न त्याला आज पुन्हा भेडसावीत होता.

काही होत नव्हतं. काही सुचत नव्हतं. बुबळांवर कोरलेली चित्रं भेडसावत होती. छातीवरचं पालथं पुस्तक आजूबाजूच्या पसाऱ्यात त्यानं झुगारून दिलं आणि हात लांबवून बटण बंद केलं.

– आणि तो हादरला. भीतीनं अंथरुणाला खिळल्यासारखं झालं. हालचाल होईना. जिभेला कोरड पडली. श्वास आत कोंडू लागला.

छतामध्ये एक प्रचंड चेहरा चिणलेला होता. सगळं छत त्यानं व्यापलं होतं. सताड उघड्या डोळ्यांनी तो त्याच्याकडं टक लावून पाहात होता. त्याच्या डोळ्यांत विलक्षण खिन्नता होती. वेदनांची लाल जाळी होती. पांढरी फटफटीत असहाय्यता होती. कातडीच्या सुरकुत्या चामखिळीसारख्या लोंबत होत्या. त्याचं शरीर भिंतीतून

जमिनीपर्यंत पसरलं होतं. छत आणि भिंत यांचा सांधा म्हणजे त्याची वाकलेली कंबर होती. जणू त्याच्या पाठीवर साऱ्या अंधाराचं ओझं होतं. रोमन गुलामाप्रमाणं सारखं कमरेत वाकून त्याची कंबर काटकोनी झाली होती.

आणि ताठ व्हायची, सरळ व्हायची इच्छा असूनही त्याला हलता येत नव्हतं - वरच्या राक्षसाला आणि खालच्या विश्वनाथालाही. पक्षाघात झाल्याप्रमाणं आपलं अंग लुळंपांगळं झालंय, प्रेतासारखं ते ताठ झालंय असं विश्वनाथला वाटत होतं. तसंच त्या राक्षसाला झालं असेल का? ओसाड माळरानाप्रमाणं खोलवर पसरलेल्या डोळ्यांवर त्यानं पापणी ओढली तर? ताणलेलं अंग सैल सोडत त्यानं मांडी खाजवली तर?

त्या कल्पनेसरशी विश्वनाथ ताडकन् अंथरुणातनं उडाला आणि गॅलरीत उभा राहिला थरथरत. जणू काही पुढच्याच क्षणी भिंती कोसळण्याचा आवाज येणार होता, धुळीचे लोट उठणार होते आणि दगडमातीच्या ढिगाऱ्याखाली तो चिणला जाणार होता असहाय्यपणानं – बेकेटच्या नाटकातल्या पात्रांच्यासारखा.

पण काही झालं नाही. त्याच्या पोटाला एक डास चावला. वाऱ्याची एक मंद झुळूक आली. रस्त्यावरचे दिवे थंड सहनशीलतेनं उभेच होते.

५

कुठलं तरी दार उघडलं गेलं आणि काठीचा आवाज ऐकू आला. गॅलरीच्या एका टोकाशी असलेल्या मोरीकडून काकू येत होत्या.

"कोण विश्वनाथ, गॅलरीत काय करतोयस रे या वेळी. दोन वाजले."

विश्वनाथ स्तब्ध उभाच होता. काकूंचे शब्द कानाच्या पडद्यावर आपटत होते, पण त्यांचा संस्कार उमटत नव्हता. डोळे ताणून त्यानं ते अंधारात रोखले होते. काकू पुढं झाल्या. त्याचा दंड धरून त्याला हलवत म्हणाल्या,

"काय झालं रे – झोप येत नाही की स्वप्न पडलं वाईट-साईट काही?"

स्वप्न? तो राक्षस हे स्वप्न? मग आता कुठं गेला तो? का भ्रम झालाय आपल्याला? विश्वनाथचं भीतीनं नि धक्क्यानं गोठलेलं मन चलनवलन करायला लागलं. विचार करायला लागलं.

"तुझ्या आईसारखा नादिष्ट झालायस तू. घंटा न् घंटा वाचत बसतोस. वेळी अवेळी वाटेल तिथं हिंडायला जातोस. झोप जाईल नाहीतर काय? चल अंथरूणावर पड पाहू. डोळा लागेपर्यंत मी बसते हवी तर तुझ्याजवळ."

"नको काकू. तू पड. मी झोपतो आता." विश्वनाथ म्हणाला.

“अरे, मला तरी कुठं लागतेय झोप अलीकडं - वय झालं ना. जरा डोळा लागायची वाट पाहता पाहताच पहाट होते. चल आत.”

विश्वनाथचा नाईलाज झाला. त्याच्या अंथरुणाशेजारी टेकत काकू म्हणाल्या,

“आमचं काय? शंभर गेले अन् पाच राह्यले. पिकलं पान आम्ही. केव्हा गळून पडू कळणारसुद्धा नाही. पण तुझ्या काळजीनं चैन पडत नाही. एकदा लवकर लग्न करून टाक म्हणजे मी सुटले.”

“पण एवढी घाई कशाला काकू?”

“अरे, या गोष्टी वेळच्या वेळी व्हायला हव्यात आणि तू काय आता लहान आहेस? येत्या आषाढात सव्वीसावं सरून सत्ताविसावं लागणार तुला वरीस. पूर्वीच्या काळी चार-चार पोरं होत या वयात पुरुषांना.”

विश्वनाथला त्यांच्या शेजारी असण्याचा धीर वाटायला लागला होता. त्यांच्या शब्दांचा. जणू काकूंच्या वात्सल्यानं त्याच्या भोवती एक कवच उभारलं होतं. आता अर्थापेक्षा शब्द महत्त्वाचे होते. शब्दापेक्षा आवाज महत्त्वाचा होता. त्याने विचारलं,

“लग्न कशाला करायचं काकू?”

“कशाला काय काय? काहीतरी अर्वाच्य बोलू नकोस. वंशाला दिवा पाहिजे. मेल्यावर कुणीतरी पाणी द्यायला पाहिजे.”

“पण मग रामदास, शंकराचार्य, विवेकानंद...”

“अरे, ते महात्मे कुठं आणि आपण कुठं? पुराणकीर्तनातलं सगळंच काही आचरणात आणायचं नसतं आणि त्यांनीही परकाया प्रवेश करून गृहस्थाश्रमाचा अनुभव घेतलाच ना?”

डोळे जड होत होते. बोलण्याचं सूत्र सापडत नव्हतं. मध्येच तो म्हणाला,

“हा वाडा पाडला तर कसं काय, काकू? खूप मोठा प्लॉट होईल. मग त्याचे लहान प्लॉट्स पाडून विकायचे. प्रत्येक प्लॉटवर एक नवे छोटे टुमदार घर...”

‘झोपला एकदाचा’ असे म्हणत काकू उठल्या आणि काठीचा आवाज होऊ न देण्याचा प्रयत्न करीत चालायला लागल्या.

६

दुसरे दिवशी संध्याकाळी ठरलेल्या बसस्टॉपवर जावं की नाही हे विश्वनाथला समजत नव्हतं. डोकं भणाणायला लागलं होतं. प्रतिभाबद्दल आपल्याला काय वाटतंय हे विचार करूनही त्याला उलगडत नव्हतं. ती हवीशी वाटत होती, पण तिच्याबरोबर लग्न करावं लागेल ही भीतीही होती. तो स्वत:ला विचारत होता. ती

हवी होती म्हणजे नेमकं काय होतं? तिचं शरीर हवं होतं? तिचा सहवास हवा होता? पण उत्तर सापडत नव्हतं.

पण त्याची पावलं बसस्टॉपकडं वळलीच. पर्सशी खेळत, बसची वाट पाहण्याचा बहाणा करत प्रतिभा तिथं उभी होती. काळीसावळी, हडकुळी. लांडे केस. नखं चावून बोटं भुंडी दिसणारी. दोन छोटे उंचवटे असलेल्या अरुंद छातीची. आज तिच्याकडं बघताना त्याची दृष्टी नवी झाली होती. जणू एका दृष्टिक्षेपात ती त्याला संपूर्ण समजायला, जाणवायला हवी होती. तरच त्याला काही निर्णय घेता आला असता. क्षणोक्षणी अटीतटीला येणाऱ्या या भावनाप्रधान मुलीचं सारं आयुष्य एका कड्यावर उभं होतं.

त्याला पाहताच ती हसली. मोकळेपणानं हसली. पण त्या मोकळेपणातही खिन्नता असावी असं त्याला वाटलं.

“आजही उशीर केलास ना?”

गाल फुगवत ती म्हणाली.

तिचं गाल फुगवणं नैसर्गिक असो वा नसो, आकर्षक होतं. ते गाल कुस्करायची, चावायची विश्वनाथला अनावर इच्छा झाली. तो म्हणाला,

“चल...”

“कुठं हॉटेलबिटेलात येणार नाही हं मी आज.”

तिचं ते लाडिक बोलणं – आणि काल रात्रीचं मुसमुसून रडणं, कसा मेळ घालायचा? ही ‘मोहिनी’ खरी की ती दुःखान्तरिता खरी? की त्याला आकर्षित करण्यासाठी चाललेला हा सहजाविष्कार म्हणजे त्याला जाळ्यात अडकविण्यासाठी विचारपूर्वक टाकलेला गळ होता?

“बघ हं, आली नाहीस तर.”

“अरे जा जा. धमक्या द्यायला लग्नाचा नवराच लागून गेलास जसा काही.”

“चल गं.”

“हं असा वळणावर ये. आज आपण बागेत बसू. फार कोपऱ्यात नाही हं.”

तिचे विभ्रम पाहाता पाहाता विश्वनाथला वाटत होतं, हिच्या मिठीपुढं सर्व तुच्छ आहे. “क्षण एक पुरे...” पण हे प्रेम होतं की वासना? तिच्या आकर्षणाचा तो गुलाम झाला होता आणि तरी त्याचं मन सावध होतं. त्या आकर्षणाबाहेर राहून ते त्याकडं पाहात होतं.

चालता चालता तो म्हणाला,

“अगं, काल रात्री एक गंमतच झाली. झोपताना दिवा मालवला आणि छतात मला एकदम एक राक्षसच दिसायला लागला. खरंच. निदान त्या वेळी तरी तो मला अगदी खरा वाटला. पण तू एवढी गंभीर का दिसतीयेस?”

प्रतिभानं त्याचा हात दाबून धरला. जणू काही ती हुंदका आवरीत होती. विश्वनाथला आश्चर्य वाटलं. केवढा बदल! किती झटकन्...

बागेच्या एका दूर अंधाऱ्या कोपऱ्यात बसताच तिनंच त्याला जवळ ओढून घेतलं. आपल्या छातीशी त्याचं डोकं दाबून धरीत ती म्हणाली,

"मला भीती वाटतेय रे."

"कसली?"

"बाबा नेहमी म्हणतात, तुझ्या आईकडच्या घरात कसली तरी बाधा आहे. त्या बाधेमुळंच तुझ्या आईनं आत्महत्या केली म्हणे."

त्या अंधारातही विश्वनाथनं डोळे घट्ट मिटून घेतले. आत बसणारे हादरे त्यामुळं बाहेर पडणार नाहीत, असं क्षणभर त्याला वाटलं. पण प्रतिभाच्या ओठांनी त्याच्या डोळ्यांचा वेध घेतलाच. विश्वनाथनं आवेगानं प्रतिभाला स्वत:जवळ कवटाळून घेतलं. तिची चुंबनं घेतली. तिचा गालही चाटायला त्यानं सुरुवात केली. त्याला आता कशापासून तरी दूर पळायचं होतं, म्हणून तो प्रतिभाच्या अधिकाधिक जवळ जात होता.

प्रतिभाचं सर्वांग थरथर कापत होतं. त्याचा आवेग तिला आवरायचा नव्हता. पण तो तिला सहनही होत नव्हता. काय करावं हे तिला समजत नव्हतं. त्याला तर कसलं भानच नव्हतं.

अंधाराच्या अरण्यात ते दोन जीव काहीतरी प्राणपणानं जपू पाहत होते.

७

दिवा जळत ठेवून विश्वनाथ तारवटलेल्या डोळ्यांनी वर पाहात होता. राक्षस दिसण्याचा आजचा दुसरा दिवस. तोच विकल, श्रांत, भीतिदायक चेहरा, दिवा मालवताच छतात हजर झाला होता. दिवा लावताच काही नाही. जणू त्याच्यावरचे छप्पर म्हणजे महाभारतातील मयसभाच होती. धुरातून आकाराला यावा तसा तो राक्षस अंधारातून उमटत होता. असंख्य वर्षं काळोख्या तळघरात कुजलेल्या गुलामांप्रमाणं त्याचे डोळे लाल वेडसर दिसत होते. त्याला भयानक भूक लागली असावी आणि भयानक झोप आली असावी.

दिवा लावून विश्वनाथ अंथरुणावर पडून राहिला. लहानपणी नेहमी पडणारी स्वप्नं त्याला आज जागेपणी दिसत होती. एका स्वप्नात तो नरसिंह असायचा, आणि त्याच्या मांडीवर हिरण्यकश्यपूप्रमाणं पोट फाडलेले, डोळे तारवटलेले व तोंड वासलेले असायचे त्याचे वडील. दुसऱ्या एका स्वप्नात गावाबाहेरचं, प्रचंड

आवार असलेलं दगडी बांधकामाचं एक शिवमंदिर दिसायचं. आवाराभोवतालच्या कुंडीवरून उडी मारून तो आत जायचा, पळत पळत मंदिरात शिरायचा, घंटा वाजवून गाभाऱ्याकडं जायला लागायचा आणि एकाएकी त्याच्या पायाखालची जमीन हलायला लागायची. मंदिर कोसळायला लागायचं आणि त्या ढिगाऱ्यावरून उड्या मारत, धडपडत जिवाच्या आकांतानं तो बाहेर पडायचा. आणि आणखी एका स्वप्नात त्याला जिकडे तिकडे नुसते डोळे लटकत असलेले दिसायचे. चष्म्याच्या दुकानात चष्मे असतात तसे ते खूप जवळचे वाटायचे, पण कुणाचे आहेत हे ओळखू नाही यायचं.

हॉलमधला दिवा त्या दिवशी रात्रभर जळत होता.

८

"मातापितरांचे वृद्ध उदास डोळे तुझ्यावर वाकलेले दिसले..."

"नॉन्सेन्स." विश्वनाथ ओरडला, "आणि माझं मनोविश्लेषण करायचा प्रयत्न करू नको. मी वेडा झालेलो नाही. आय ॲम् परफेक्टली नॉर्मल."

"विश्वनाथ..." प्रतिभानं बोलायचा प्रयत्न केला.

"येस् आय ॲम परफेक्टली नॉर्मल – एक्सेप्ट दॅट ब्लडी... पण तोही आता घरात राहिला. आपल्या वाड्याबाहेर पडता येणार नाही त्याला. निदान इतक्या लांब, खंडाळ्याला तरी नाही."

"विश्वनाथ, नको ना ती आठवण काढू."

"मलाही काढायची नाहीये ती. पण येतेय. झोप नाही. भलभलते विचार डोक्यात. काकूंना काय सांगायचं? डॉक्टरकडे जावं, तर फॅमिली हिस्ट्री, इलेक्ट्रिकचे शॉक, हॉस्पिटल. झोपेच्या गोळ्या घेतल्या तर भास व्हायला लागले. तांब्याभांडे हवेत तरंगतय. गादी वळवळणाऱ्या किड्यांनी भरलीय. वाटायचं कुणीतरी गिरमिटानं टाळूत भोक पाडतंय."

"माझं ऐकणार? का तू लढतोयस स्वत: विरुद्ध? एकटं एकटं राहतोस..."

प्रतिभानं स्वत:ला आवरलं. काळोख हलक्या पावलांनी खाली उतरत होता. रस्त्यावरून जाणाऱ्यांचे आवाज वाऱ्यावरून वाहत येत होते.

विश्वनाथनं प्रतिभाच्या मांडीवरचं पुस्तक घेतलं. नकळत शब्दांवरून त्याचे डोळे फिरू लागले.

"ते वृद्ध व्यग्र चेहरे धापा टाकीत दु:खाने वाकत होते तुझ्यावर..."

एकाएकी त्यानं ते पुस्तक दरीत उडवून दिलं. प्रतिभा त्याच्या प्रक्षोभाकडं

पाहातच राहिली. मग तिनं त्याला जवळ ओढून घेतलं. अंग तापलं होतं. त्याच्या ओठांवर ओठ टेकत त्याचे हात तिनं आपल्या वक्ष:स्थळावर दाबून धरले.

भयाण वारा असूनही दोघांच्या चेहऱ्यावर घामाचे थेंब उभे राहिले.

जवळ. आणखी जवळ. अगदी जवळ. सर्वशक्तिनिशी जीवघेणी धडपड काही क्षण. मग तो उताणा आणि त्याच्यावर ती संपूर्ण सदेह.

काळोख.

भयाण वारा.

चांदण्या.

आणि त्याचं अंग ताठरलं. प्रतिसादच संपला त्याचा. थंड, थंड. काही क्षण तिच्या लक्षातच आलं नाही. तोंडात आलेले केस काढून त्याला चाटण्यात ती गुंगली होती. मग एकाएकी त्यांची कातडी लाकडासारखी ताठ झाल्याचं तिला जाणवलं. कष्टानं आवेग आवरत तिनं विचारलं,

''का काय?''

त्याची टक आभाळावर खिळली होती.

''रा--क्ष--स--'' त्याचे ओठ पुटपुटले.

एक हलकीशी किंकाळी फोडून ती बाजूला झाली आणि कपडे सावरत वेड्यासारखी ठेचकाळत, धडपडत धावत सुटली.

९

विश्वनाथ लिहीत होता.

''डॉक्टरांनी सांगितलं म्हणून मी हे लिहितोय. उगीच कुणाचं मन (की मान?) का मोडा?

''माझं नाव विश्वनाथ महादेव लिखिते. म्हणजे महादेव लिखित्यांच्या पोटी (म्हणजे त्यांच्या बायकोच्या पोटी) माझा जन्म झाला.

''त्यांच्याच पोटी माझा जन्म का झाला? किंवा माझाच जन्म त्यांच्या पोटी का झाला?

''मला तो राक्षस अजूनही दिसतो. म्हणजे त्या वाड्यातून तो या वॉर्डात कसा आला हे मला माहीत नाही. कदाचित प्रत्येक इमारतीच्या पायात एकेक राक्षस चिणलेला असेल.

''तो आभाळात दिसला तेव्हा मी फार घाबरलो. वाऱ्यावर तो हेलकावत होता. क्षणाक्षणाला देठापास्नं तो तुटत होता. लॉजवर मी परतलो तेव्हा पोलीस माझी

वाट पाहात होते.

"पोलिसांनी इकडं आणलं." डॉक्टर म्हणाले, "तुमचा राक्षस म्हणजे...

"डॉक्टरांना काही कळत नाही.

"म्हणे प्रत्येक सुरक्षित जीवनात विनाशाचा राक्षस लपलेला असतो.

"म्हणे डेथविश, संचित, भूतकाळ, संपर्क....

"काऽही नाही.

"माझा संवाद माझ्या राक्षसाशी चालूच आहे."

◆

(राजस, जुलै १९७१)

कॅसिनो

'चीअर्स' म्हणून सगळ्यांनी ग्लास तोंडाला लावले. जिभेवरून घरंगळत घशाखाली गपकन् उतरला पहिला घोट. घसा झणाणला. फरसाणाची फक्की मारूनही झिणझिण्या कमी होईनात. दाढी करताना कापलेल्या जागेवर शेव्हिंग लोशन हुळहुळत राहातं, तसं थोडा वेळ झालं. प्रा. बोबड्यांना हळूहळू जाणीव झाली. केंद्राकडून परिघाबाहेर पडणाऱ्या वाटेवर पहिलं पाऊल पडलंय आपलं, पहिल्याच घोटाबरोबर.

प्रा. बोबड्यांची एक थिअरी होती. आत्तापर्यंत कुणाजवळ बोलले नव्हते ते तिच्याबद्दल. पण बरीच वर्षे तिला ते कुरवाळत होते, मनातल्या मनात. त्यांना वाटायचं, आपलं मन म्हणजे एक केंद्र आहे – एकाच्या आत दुसरं, त्याच्या आत तिसरं अशा असंख्य वर्तुळांचं आणि आपल्या संबंधात येणारी सगळी माणसं उभी आहेत त्यातल्या कुठल्या ना कुठल्या वर्तुळ परिघावर. काहींना आपण मुद्दाम आत घेतो. काही आपल्या नकळत आत शिरतात. पण अगदी आत - केंद्राजवळ कोणी नाही. एकटे आपण आत बंदिस्त आणि जुगारी अड्ड्यातल्या चक्रासारखी ही वर्तुळं गरगरताहेत आपल्याभोवती सतत.

एकाएकी, 'थ्री लायन्स' रक्तात मिसळल्याची त्यांना जाणीव झाली. त्यांनी आपल्या मांडीला एक चिमटा हलकेच घेऊन पाहिला. पण बोटात पकडलेलं कातडं आपलंच आहे हे कळायला वेळ लागला. भुवया उंचावून त्यांनी कपाळाला आठ्या घातल्या. कानावरच्या नसांना त्यामुळं बरं वाटलं. पण संवेदना लेट येत होती. जणू हा हाडांचा सापळा व त्यावर पांघरलेलं कातडं त्यांचं नव्हतंच. ते कुठेतरी आत आत होते नि घडेल ते सारे नुसते पाहत होते.

आता खिडकीशी जाऊन त्यांनी खाली पाहिलं असतं तर त्यांना जमीन जवळ येताना दिसली असती आणि वर पाहताना आपली बुबुळं आभाळ झाल्याचा अनुभव त्यांना आला असता.

पण ते जागेवरून उठले नाहीत. पुढे वाकून त्यांनी ग्लास टेबलावर ठेवला, दोन खारे काजू तोंडात टाकले आणि एक सिगारेट ओठात ठेवीत ते काड्यापेटीसाठी इकडं तिकडं पाहू लागले.

टिपॉयभोवती चार जण. रादर, चार दुणे आठ गुडघे. घशातून मेंदूपर्यंत आणि मेंदूतून शरीरभर पसरणाऱ्या झिणझिण्यांना अटकाव करण्यासाठी फरशीवर रोवलेली पावलं. कोपऱ्यातल्या शेडमधून झिरपणारी मंद प्रकाशाची सूक्ष्म कंपनं. नकळत त्यांनी डोळे मिटले. ओठात सिगारेट तशीच आणि अंग सैल सोडून मागं ठेवण्याच्या प्रयत्नात ते खुर्चीवरून खाली घसरले.

"काय, एवढ्यात समाधी लागली काय प्राध्याऽपक!"

हा टकल्यांचा आवाज. बोबड्यांनी चटकन् डोळे उघडले आणि हसत ते म्हणाले,

"छे: छे:, पण आज ठरवलंय ना, नशेला कसला अटकाव करायचा नाही म्हणून! म्हणून..."

शब्द ओठांतून निसटला आणि ते विलक्षण सावध झाले. सवयीमुळं 'म्हणूऽन' वर त्यांनी वाक्य सोडलं होतं. जणू त्या एका शब्दातून सबंध वाक्य व्यक्त होणार होतं. पण कुणाच्याही चेहऱ्यावर चेष्टा नव्हती. कुणी कुणाला कसली खूण केली नाही. कदाचित त्या तिघांच्याही सवयीच्या झाल्या असतील त्यांच्या लकबी.

बोबड्यांनी सिगारेट पेटवली नि ते पुन्हा मागं रेलले. थिअरीचा तुटलेला धागा त्यांच्या मनानं जुळवून घेतला. टकले, सहस्रबुद्धे, अनिरुद्ध – चक्रव्यूहातील कुठल्या वर्तुळावर उभा होता यातला प्रत्येक जण? कोण अधिक आत होतं?

त्यांना तीव्रतेनं वाटायला लागलं; आत्ता, या पार्टीत तरी, आपण या अदृश्य वर्तुळांचं जाळं तोडून बाहेर यावं आणि निखळ जाणिवेच्या विशुद्ध प्रकाशात त्यांना 'भेटावं'; निळ्याभोर आकाशाच्या पोकळीत अमानुष पिवळ्या रानातून नम्रपणानं पळत सुटावं.... निसर्गाच्या कौमार्याशी एकरूप होऊन चायनीज् बॉक्सप्रमाणं असंख्य पेट्यांच्या आत लपलेलं आपलं मन अलगद बाहेर काढून तळहातावर ठेवावं. आपणही ते निरखून पाहावं.

असं करणं मूर्खपणाचं ठरेल हे त्यांना कळत होतं. आपण सेंटिमेंटल् आहोत, मद्याच्या एक-दोन पेगातच वाहवणारे आहोत, असं त्या तिघांना वाटेल, याचीही त्यांना जाणीव होती. डोकं हलवून बोबड्यांनी सगळे विचार झटकून टाकले आणि शेवटचा घोट घेत ते गप्पांकडे वळले.

पूर्वीच्या पार्टीज्च्या आठवणी – शहरात कुठं कुठं बार्स आहेत...

अनिरुद्ध म्हणाला, ''सालं, बार्समध्ये जावं लागतंय कशाला आम्हाला. हल्ली कुठल्याही प्रेसकॉन्फरन्सला ड्रिंक्स् असतातच. मऽस्त व्यवस्था असते. ताजमहाल काय न् सनेन्सँड काय!''

''काय सहस्त्रबुद्धे, तुम्ही जाता की नाही प्रेसकॉन्फरन्स्ला?'' टकल्यांनी विचारलं. बोबड्यांना वाटलं, सनेन्सँडमधल्या पार्टीच्या कल्पनेनं टकल्यांच्या तोंडाला लाळ सुटलीय.

''जातो की. पण मी ड्रिंक्स् घेत नाही तिथं.'' कोर्टात जबानी देत असल्याप्रमाणं सहस्त्रबुद्धे म्हणाले.

''काय सांगताय?'' बोबड्यांच्या सुरात हळहळ होती.

''साला तुमची इन्व्हिटेशन्स आमच्याकडं तरी पास-ऑन करीत चला.''

''तुम्हाला खरं नाही वाटत?'' सहस्त्रबुद्ध्यांनी चॅलेंजिगली विचारलं.

''आम्हाला खरं वाटावं म्हणून-सांगतोयस हे की-खरंच आहे?'' अनिरुद्धनं डोळे बारीक करून थांबत थांबत विचारलं आणि फटाका फुटल्याप्रमाणं हास्याचा डोंब उसळला.

काही क्षणानंतर एखाद्या हुतात्म्याचा स्थितप्रज्ञपणा दाखवीत सहस्त्रबुद्धे म्हणाले, ''तुम्ही काहीही समजा. नाहीतरी माझ्यासंबंधी फार गैरसमज आहेत.''

पुन्हा हास्याचा स्फोट. मग अनिरुद्धनं गंभीरपणानं विचारलं, ''उदाहरणार्थ?''

''उदाहरणार्थ काय उदाहरणार्थ! साला काही माहीत नसल्यासारखं करतोय हा.... अनि अनि-रुद्ध.'' हसायची उकळी दाबायच्या प्रयत्नात बोबड्यांना ठसका लागला.

''तरी पण...'' अनिरुद्ध म्हणाला.

नाटकीपणानं नाकावर बोट ठेवून बोबडे म्हणाले, ''शू:!'' त्यांच्या शरीराच्या रंध्रा-रंध्रातून हास्याचा पारिजातक बहरला होता; पण त्याला फुलं मात्र शब्दांची लागत होती.

''मी सांगतो.'' बोबडे म्हणाले, ''एकदा ताजमहालमध्ये प्रिन्स कंकॉर्डची मीटिंग होती.''

''मेलेल्या की जिवंत?'' अनिरुद्ध मधेच ठसकला.

''मेलेल्यांची ताजमहाल नावाच्या थडग्यात आणि जिवंत असलेल्यांची त्याच नावाच्या हॉटेलात; झालं? तर तिथं, ती मीटिंग कव्हर करायला हे थोर पत्रकार – म्हणजे आपले सहस्त्रबुद्धे गेले होते. तर तिथला वेटर या-या-यालाच प्रिन्स समजला!'' आणि बोबडे गदगदा हसत खदखदू लागले.

सहस्त्रबुद्धे काहीसे अस्वस्थ झाले. पण स्वत:ला आवरत ते म्हणाले, ''नाही, तुम्हाला खोटं वाटतंय बोबडे, पण मी खरंच सांगतोय – जाऊ दे. बोबडे तुम्हाला

चढलीय, नी....''

''नो नो सहस्त्रबुद्धे, आय ॲम् नॉट क्वाईट् ऑफ यट, नो नो इन् फॅक्ट आय वॉन्ट टुबी ऑफ टुडे. साला, बाहेर पिताना घरी जायचंय, हे विसरता येत नाही. पाय डगमगले तरी घरी नीट जाता येतं. नॉट टुडे. आज आपण घरीच आहोत. नि घरी दुसरं कोऽणी नाय आज. आय वॉन्ट टुबी ऑफ, कम्प्लिटली ऑफ...''

बोलत असताना बोबड्यांना गंमत वाटत होती. आपलेच शब्द दुसऱ्याच कुणी उच्चारल्याप्रमाणं ऐकू येत होते. ते ऐकताना टकले सावरून बसल्याचं, त्यांनी सहस्त्रबुद्ध्यांना डोळा घातल्याचं दिसत होतं. आपल्या तिऱ्हाईतपणाची त्यांना गंमत वाटत होती. ते बोलत होते, ते ऐकत होते, ते पाहात होते, दिसलेल्या दृश्याचा अर्थ लावीत होते – आणि तरी यातल्या कशातच ते नव्हते.

एक डोळा बारीक करीत अर्थपूर्ण आवाजात टकले म्हणाले, ''ए, ही पार्टी बोबड्यांची. म्हणजे पार्टी मी देत असलो तरी ती बोबड्यांसाठी असं आपण ठरवू. लेट प्रोफेसर बोबडे ड्रिंक टु हिज् हार्टस् कंटेट् टुडे.''

''टु हिज् स्टमक्स् कंटेट्.'' सहस्त्रबुद्ध्यांनी दुरुस्ती सुचवली.

बोबडे क्षणभर स्तब्ध झाले. कुठंतरी गुंतागुंत होतेय, एवढं त्यांना जाणवलं. पण धागे उकलण्यासाठी करावा लागणारा शीण त्यांना आत्ता नको होता. सिगारेट पेटवून टिपॉयवर हात आपटत ते ओरडले,

''नो नो. आय डोन्ट ॲग्री. माझ्याकडं एक बाटली शिल्लक आहे – डोन्ट वरी. बट नो पार्शलिटी.''

''बाटली घरात असून तुम्ही इतका वेळ बोलला नाहीत, प्राध्यापक! धन्य आहे.'' अनिरुद्ध म्हणाला.

टिपॉय्‌पाशी थ्री लायन्स, ग्रॅण्ड अर्ल अशा व्हिस्कीच्या दोन बाटल्या, बीहाईव्ह ब्रॅण्डीची अर्धी बाटली रिकामपणानं उभ्या होत्या. ग्लासातनं एक-दोन बोटं ड्रिंक होतं. सहस्त्रबुद्ध्यांनी विचारलं,

''तुमच्याकडं कुठली आहे?''

''ब्लू रिबन्ड जिनची.'' बोबडे म्हणाले.

''मस्त कॉकटेल् होईल पोटात.'' अनिरुद्ध दोन्ही मांड्यांवर हात मारत म्हणाला.

टकल्यांनी उठून जिनची बाटली काढली. फ्रिझमधून लिंबू काढून त्यांनी प्रत्येकाच्या ग्लासात ते पिळलं आणि जिनचा पेग ते ग्लासात ओतू लागले.

''लेट्‌स प्ले अगेन्.'' ते थांबून म्हणाले.

''प्रत्येकानं आपले सेक्सबद्दलचे अनुभव सांगायचे?'' त्यांच्या मनातलं ओळखल्याच्या आविर्भावात सहस्त्रबुद्धे म्हणाले.

"त्यापेक्षा डर्टी जोक्स्..." अनिरुद्धनं सुचवलं.

"नो नो. आय हॅड समथिंग एल्स इन् माय माइण्ड. लेट ईच वन ऑफ अस स्पीक अबाउट अदर्स, अर्थात् इथं हजर असलेल्यांच्याबद्दल अगदी खरं काय वाटत असेल, ते सांगायचं." टकले म्हणाले.

बोबड्यांनी उत्साहाने टाळ्या वाजवल्या. "मार्व्हलस् मार्व्हलस् – प्रोव्हायडेड, प्रत्येक जण खरं बोलणार असेल – तरच." ते म्हणाले. इतरांनीही माना डोलावल्या.

मग एक छोटं मध्यंतरच झालं. प्रा. बोबडे व अनिरुद्ध लघवीला जाऊन आले. एखाद्या तत्त्वज्ञाच्या गंभीरपणानं सहस्रबुद्धे ग्लासात टक लावून पाहात होते. टकल्यांच्या ओठांवरलं स्मित कोरल्यासारखं स्थिर झालं होतं. त्यामुळं विलग झालेल्या ओठांचा ताण सहन करणारे त्यांच्या जबड्यांतले स्नायू दुखत असावेत, असं बोबड्यांना वाटलं.

प्रत्येकाच्या ग्लासात जिन्‌चा पेग ओतलेलाच होता. पण इतर तिघेजण आपल्या ग्लासकडं विशेष नजरेनं पाहाताहेत असं बोबड्यांना वाटलं. जणू त्यांच्यात काही कट शिजला होता. की खेळाच्याच कल्पनेनं प्रत्येक जण गंभीर झाला होता? मनाशी कसली तरी कॅल्क्युलेशन्स करीत होता? उंच, हडकुळे, चेहऱ्याचा आकार हाडांच्या उठावामुळं रिलीफ मॅपप्रमाणं वाटणारे, खोल खोबणीतल्या डोळ्यांवर चष्मा अडकवलेले टकले, कानात केसांचा झुबका वाढलेले, नेहमी ताठ चालणारे, कुरळ्या केसांचे सहस्रबुद्धे, गालाला खळी पाडून हसणारा, आपल्या डोळ्यात हिरवट झाक आहे याची पूर्ण जाणीव बाळगणारा अनिरुद्ध – प्रा. बोबड्यांना वाटलं, प्रत्येकाचे डोळे आत वळलेत, प्रत्येकानं मनातल्या मनात एक धारवाडी काटा लावलाय, एका पारड्यात आहे इतरांच्या बद्दलची माहिती, मतं इत्यादी आणि दुसऱ्या पारड्यात आहे विचार, – काय योग्य दिसेल, काय चालू शकेल याचा विचार. प्रत्येक जण सत्याला सामोरं जाण्यातला व्यवहार तपासून पाहातोय. 'दस फार ॲन्ड नो फर्दर'ची सीमारेषा ठरवतोय.

पण ते स्वत: मात्र उत्तेजित झाले होते. त्यांना वाटत होतं – ही एकमेव संधी आहे. आपल्याला वेढणाऱ्या या वर्तुळातून मत्स्यभेद करण्याची; आपल्यातलं निखळ आपलेपण शोधण्याची; नशिबाचं चक्र फिरवून आपला खरा सहचर शोधण्याची. या संधीचा फायदा घ्यावा; आपल्या विवेकाचा लगाम झुगारून द्यावा; हाडांच्या पिंजऱ्यात बसणाऱ्या पक्ष्याला बाहेर काढून तळहातावर ठेवावं – बघू या तरी एकदा आपल्या सुरक्षिततेच्या पेटाऱ्यांची सगळी झाकणं उघडून.

'चिअर्स.' ग्लास ओठांना भिडले. जिन्‌ची कडवट चव जिभेवर खेळू लागली. सिगारेट पेटवीत टकले म्हणाले, "हं, अनिरुद्ध कर सुरुवात."

अनिरुद्धनं झटक्यानं ग्लास टिपॉयवर ठेवला. जोरजोरानं मान हलवीत तो

म्हणाला, "मी? मी का आधी?"

"अरे कुणीतरी सुरुवात करायची ना? तू सर्वांत लहान म्हणून."

"नाय् नाय्, आपण हे मानायला तयार नाय्."

"अरे पण..."

"कॅट आहे तुमच्याकडं बोबडे, पत्त्यांचा कॅट?" सहस्रबुद्ध्यांनी विचारलं.

"हो. का?" बोबड्यांनी गोंधळून विचारलं.

"आपण पत्ते काढू. ज्याला जड पान येईल त्यानं सुरुवात करावी." सहस्रबुद्धे म्हणाले.

बोबड्यांनी उठून पत्त्यांचा जोड काढला. खुर्चीत बसता बसता त्यांनी तो पिसला. त्यांना वाटत होतं, आपल्याला सर्वांत जड पान यावं. इस्पिकचा एक्का यावा. म्हणजे आपल्याला पहिल्यांदा बोलता येईल. इतरांना संपूर्ण सत्य बोलण्याचं उदाहरण घालून देता येईल. मग ही मीटिंग अविस्मरणीय ठरेल. आपल्या चौघांच्यातील पारदर्शक मैत्रीची ती नांदी ठरेल.

पत्ते वाटले गेले. उलटले गेले. सर्वांत जड पत्ता टकल्यांना. मग नंबर सहस्रबुद्ध्यांचा, तिसऱ्या क्रमांकावर अनिरुद्ध आणि ते – सर्वांत शेवटी. त्यांची निराशा झाली. इतर तिघांना आपला हेवा वाटतोय, हे त्यांना कळत होतं. पण...

टकले बोलायला लागले. थांबून, आठवून डोळे मिटून, ते एक एक वाक्य बोलत होते. सगळ्यांनाच माहीत असलेल्या गोष्टी – अधिक नीट नेटकेपणानं मांडलेल्या. विरोध, साम्य लक्षात घेऊन तौलनिक वाटणाऱ्या, पण प्रत्यक्षात प्रत्येक विधान सापेक्ष, संदिग्ध ठेवणाऱ्या.

आत्मविश्वास, भांडखोरपणा, संतापी वृत्ती, चांगलं लिखाण, दुर्बोध लिखाण, उत्साह, कळकळ, आस्था, सज्जन, कंजूष, उदार, चांगला. कोण, कुणाबद्दल बोलत होते हे? ते तिघं मिळून त्यांच्याबद्दल? की प्रत्येक जण इतरांच्याबद्दल? यातलं खरं काय? खोटं काय? कशासाठी चाललंय हे सारं?

ते ऐकत होते. ऐकत नव्हतेही. म्हणजे मधूनच त्यांना डुलकी लागायची. मधले शब्द कानांच्या पडद्यावरून दौड करून पुढं जायचे. मग ते डोकं झाडून सावरून बसायचे. पुन्हा शब्द विचार करून ठरवलेले, धारवाडी काट्याला सांभाळणारे.

त्यांना परत आपल्या थिअरीची आठवण झाली. वर्तुळं, चक्र, आस, आऱ्या, एक गरगरता व्यूह आणि प्रत्येक जण त्यावर स्वत:ला सावरण्यासाठी कमालीची कसरत करतोय.

"हं, प्राध्यापक, आता तुमची पाळी." टकले म्हणाले.

दचकून प्रा. बोबडे भानावर आले. ग्लासातली जिन् त्यांनी झटक्यासरशी संपवून टाकली. ग्लास टिपॉयवर ठेवून ते मागं रेलले. अब्सेंट-माइंडेडली त्यांनी

खिसे चाचपले. मग इकडं तिकडं पाहिलं. सिगारेटचं पाकीट जिन्च्या बाटलीमागं होतं. ते घेण्यासाठी ते पुढं वाकले. टकले तत्परतेनं उठले. त्यांनी बाटलीचं झाकण काढलं आणि बोबड्यांच्या ग्लासात ती ते ओतू लागले.

"नाही-- मला-मला-" प्राध्यापक अडखळत म्हणाले.

ड्रिंक ओतत टकले म्हणाले, "नाही. संकोच करू नका. ही पार्टी तुमच्यासाठी. ड्रिंक टु युवर..."

"मला सिगारेट पाह्यजेय." बोबडे म्हणाले.

सहस्त्रबुद्ध्यांनी दिलेलं पाकीट घेऊन बोबड्यांनी एक सिगारेट ओठांत ठेवली. अनिरुद्धनं पुढं झुकून ती पेटवली. मग आपल्या ग्लासकडं बघत बोबडे म्हणाले, "नाही, नाही, सगळ्यांनी घेतली पाह्यजे. एकेक पेग माझ्याबरोबर. वन् फॉर द् रोड."

"माझी एक अट आहे." बोबडे म्हणाले. "मी आत्ता जे बोलीन त्याची एक्स्प्लेनेशन्स उद्या विचारायची नाहीत कुणी. आत्ताचं हे आत्तापुरतं. हा स्पेल कुणी ब्रेक करायचा नाही. नाही तर त्यात मजा नाही."

टकले इतरांकडं बघून हसले असं त्यांना वाटलं. पण त्यांना आता कसली पर्वा नव्हती. खरं म्हणजे या क्षणांशी इतरांचा संबंध होता निमित्तापुरता. बोबड्यांनी स्वत:लाच विचारलं, "इतरांच्या प्रतिक्रियांचा काय परिणाम होणार आपल्यावर! आणि तो का व्हावा? हा शेवटी स्वत:चाच शोध नाही का? इतरांच्यात पडलेल्या आपल्या प्रतिबिंबांचे तुकडे एकत्र करून, ते सांधून आपण आपल्यालाच शोधणाराय!"

प्रा. बोबडे सिगारेटचा झुरका घेत मागं रेलले. डोळे मिटून त्यांनी बोलायला सुरुवात केली.

"अनिरुद्ध ज्युडाससारखा आहे. हवी असलेली किंमत मिळतीय असं दिसताच तो बापालाही विकायला तयार होईल. अर्थात् तो तसा आहे याला इलाज नाही. पण ते बापाला माहीत नाही, ही बापाची ट्रॅजिडी."

"बुद्धी असून तिचा भंपकपणानं वापर करण्यात सहस्त्रबुद्धे धन्यता मानतात. त्यामुळं कळत असूनही मूर्खासारखं, किंवा अहंमन्यपणानं, ते अनेक वेळेला वागतात. आपल्याबद्दल गैरसमज आहेत, याचं त्यांना बरं वाटतं. ही रिअली एन्जॉइज द् थिंग. म्हणूनच ते आपल्या वागणुकीची स्पष्टीकरणं देत नाहीत. त्यामुळं गूढ निर्माण होतात आणि तरी स्पष्टीकरणांच्या, इन्काराच्या पळवाटा शाबूत राहातात."

"बोबडे..." सहस्त्रबुद्धे दुखावल्या पण सहनशील आवाजात म्हणाले.

"नो नो. लेट हिम स्पीक." टकल्यांना उकळ्या फुटत होत्या, "नो एक्स्प्लेनेशन्स."

"आणि आता टकले." प्राध्यापक डोळे मिटूनच बोलत होते. "मला वाटतं ते क्रुकेड आहेत. डेल कार्नेजीचे शिष्य असल्यासारखं ते वागतात. पण त्यांच्या

प्रत्येक शब्दामागे, प्रत्येक कृतीमागं काही कॅलक्युलेशन् असतं. काही अल्टीरिअर मोटिव्ह असतो. आपल्या वर्तुळांच्या बाहेर ते कधी येत नाहीत आणि यावं, असं त्यांना कधी वाटतही नाही. मी त्यांचं साहित्य उत्सुकतेनं वाचतो, वाचीन. पण ते कुणाचे मित्र होऊ शकतील, असं मला वाटत नाही. प्रत्येकाकडं ते एक उपयुक्त वस्तू म्हणून पाहतात. म्हणून त्यांचाही कधी कुणी विश्वास देऊ नये.''

बोबडे थांबले. क्षणभर त्यांचं मन रिकामं झालं. पूर्ण रिकामं. एक निरामय पोकळी. परिघाइतकं विस्तारलेलं वर्तुळकेंद्र शून्य. मग हळूहळू ग्लानी, थकवा यांनी त्यांच्यावर आक्रमण करायला सुरुवात केली.

पण कुणी तरी त्यांना एकदम गदागदा हलवलं. डोळे उघडताच रागानं थरथरत 'त्‌त्‌ तुम्ही...' म्हणण्याचा प्रयत्न करणारे टकले दिसले. ''कोण, समजता कोण तुम्ही स्वत:ला? मी क्रुकेड काय? क् का का?'' थरथरत ते बोलत होते.

प्राध्यापक बोबडे स्वत:शीच हसले. त्यांनी जरासुद्धा हालचाल केली नाही. क्षीण पण शांत सुरात ते म्हणाले,

''नो एक्स्प्लनेशन्स – वी हॅव् अ‍ॅग्रीड.''

''पण.. पण...'' टकले कर्कश आवाजात ओरडले, ''तुम्ही असं का म्हणालात, ते सांगा; नाहीतर तुमचे शब्द परत घ्या. परत घ्या.''

क्षणभर बोबड्यांच्या डोक्यात एक संतापाची तिरीप चमकली. पण दुसऱ्याच क्षणी त्यांनी स्वत:ला सावरलं. स्वत:शीच हसत ते म्हणाले,

''आपण खरं बोलायचं ठरवलं. एकमेकांशी मोकळं व्हायचं ठरवलं, एक खेळ म्हणून, काही वेळापुरतं का होईना, आपल्याला एक अतिशय प्रामाणिक जग निर्माण करायचं होतं. कदाचित् नंतर आपण अधिक जवळ येऊ शकू, ते मोकळं, मैत्रीचं जग अधिक काळ टिकेल, त्याचं आयुष्य वाढेल असं वाटलं मला. पण हाही एक जुगार होता. तुम्ही हात राखून खेळलात. पण मी जवळचं सगळं पणाला लावलं तुमच्या बाबतीत मी हरलो असेन. पण, पण......''

बोलता बोलता बोबड्यांना जाणवलं, पेट्यांची झाकणं भराभर बंद होतायत्. इतकं झगडून परिघापर्यंत सावकाश पोहोचलेले ते भराभर उड्या मारत आत चाललेत – आत आत – पिंजऱ्यांची दारं धडाधडा बंद होतायत् आणि त्या कभिन्न काळोखात पिंजऱ्यातल्या पक्ष्याला पुन्हा घेरी येतीय.

त्यांनी असहाय्यपणानं डोळे मिटले नि मान मागं टेकली.

◆

(राजस, दिवाळी १९७१)

भोवळ

एखाद्या गोल गोल जिन्यावरनं वर चढावं तसं वाटत होतं. वर वर चढावं आणि तरी पायऱ्या संपूच नयेत आणि प्रत्येक टप्प्यावर विश्रांतीसाठी थांबलं की भोवळ आणणारी खोल खोल जमीन दिसावी. धाप लागलेल्या म्हातारीसारखी रे रे करीत बस वर चढत होती. प्रत्येक वळणावर धडकी भरत होती. रोमांचक भीतीचे चीत्कार ऐकू येत होते. पण वळण पार पडलं की निसर्गाचं नवं दर्शन, नवं रूप. झाडी तीच, धबधबे तेच; पण प्रत्येक फुटावर काहीतरी नवं दिसत होतं. तोच हिरवा रंग नवीन शेडमध्ये. तीच दरी नव्या कोनामध्ये. नळकांड्यातल्या त्याच त्याच काचेच्या तुकड्यांनी नवीन आकार, नवे रंग जुळवावे तसे. सडकेच्या कुशीत उंच, सरळसोट झाडांची दाटी. प्रत्येक झाडावर वेलींची जाळी. थोड्या अधिक उंचावर चहाचे मळे. पुंजक्या-पुंजक्यांनी अंधार गोळा झाला. धुकंही. हिरवा समुद्र काळ्या लाटांत बुडत होता. दूरची शिखरं अस्पष्ट होत होत अदृश्य झाली आणि बाहेर कमीअधिक गडद काळे पट्टे दिसू लागले. आकाशाचा जो तुकडा दिसायचा तोही काळसर निळा आणि चुकून एकदोन क्षीणपणाने लुकलुकणारे तारे.

काचा लावून घेतल्या तरी अंग शहारत होतं, थरथर कापत होतं. बसच्या प्रकाशात चमकणारा गुळगुळीत काळा रस्ता, नागमोडी आणि चाकोरी पडलेला. कोणीतरी म्हणालं, 'मस्ट गो स्लोअर. डिडंच्यू सी द लक्झरी बस विथ फोर व्हील्स अप ऑन द वे?' मी स्वत:शीच पुटपुटलो, 'डॅम इट, हू केअर्स.'

पिवळट मंद प्रकाश. बरीच जोडपी वाकूनवाकून बाहेर पाहत होती. काचेवर बोट टेकवून एकमेकांना काहीतरी दाखवीत होती. बाहेर काही दिसत नव्हते तरी. पण बघणं हे फक्त निमित्त. एकमेकांच्या अंगावर रेलणं, खांद्यावरचे, कमरेभोवतीचे हात अधिकच

घट्ट करणं, हे मुख्य. धुक्यानं ओले झालेले एकमेकांचे चेहरे बघत, निरखत, डोळ्यांत डोकावत, मूक संदेशांची देवाणघेवाण चालू होती. सूचक कुजबूज, हालचाली, साडीच्या पदराखाली एकमेकात घट्ट गुंतलेले, एकमेकांना दाबणारे हात. जणू एकांताची रंगीत तालीम चालली होती, रंगत वाढविण्यासाठी.

आणि तिचे डोळे. बोलणारे. काहीतरी सांगणारे. हसरे. तिची आठवण म्हणजे ते डोळेच. तशी तिची अनेक रूपं आठवतात. पण प्रत्येक वेळी आपल्याकडं बघणारे, बोलणारे डोळे आधी आठवतात. जुनेर नेसून अंगणाचा केर काढणारी, खिडकीतल्या आरशापुढं वेणी घालणारी, खुर्चीला हेलकावे देत वादविवाद करणारी. तिचा वाटोळा चेहरा, अपरं नाक, सावळा रंग, भरल्या अंगामुळं बुटकी वाटणारी उंची – सगळं स्पष्टपणानं आठवतं. पण आधी आठवतात डोळे – मोठे, काहीतरी शोधणारे.

'शोधणारे' हे फार अपुरं वर्णन. अगदी ढोबळ. खरं म्हणजे त्या डोळ्यातल्या दृष्टीचं कधी आकलन झालं नाही. प्रत्येक वेळी वाटायचं, ती काहीतरी सांगतेय, तोंडातनं शब्द काहीही येत असले तरी खरं काय ते डोळ्यांतनं सुचवतेय. एकमेकांना पूर्ण समजलेल्या व्यक्तींनी डोळ्यांनीच बोलावं तसं – पण कुणी कुणाला ओळखतो कधी पूर्णपणानं? त्या डोळ्यांनीच फसवलं. त्यांच्यामुळं आपण फार गृहीत धरलं. त्या अथांग तळ्याचा रंगच कळला नाही.

पण कळला नाही असं कसं? ...त्या चिठ्ठ्या? ती पत्रं? ती मार्गप्रतीक्षा? त्या भेटी?

आता तिच्या शेवटच्या चिठ्ठीतले शब्दही आठवत नाहीत. त्या वेळी केलेली कविताही. तिच्या चिठ्ठ्या, पत्रं, सगळं आपण परत केलं. सगळं. फक्त तिचं हस्ताक्षर उरलंय आपल्या जुन्या कवितांच्या वहीत. किरटं, कुणाकुणाच्या पायांसारखं हस्ताक्षर. तिचं पहिलं पत्र आलं, तेव्हा ते कुणाचं तेच काही समजलं नाही. पेन्सिलीनं लिहिलेलं, दोन्ही बाजूंनी गच्च भरलेलं कार्ड. सही शोधायलाच किती वेळ लागला. ती होती की नाही तेही नक्की आठवत नाही. पण असावी. गाव नाही, तारीख नाही. शेवटी 'तुझी', 'आपली' असंही काही नाही. तिऱ्हाइताच्या हातात पडलं तर कुणी, कुणाला, काय लिहिलंय याचा पत्ता लागणं अशक्य.

चिठ्ठ्याही किती कौशल्यानं द्यायची! पुस्तकांतून, वह्यांतून तर नेहमी. पण कधी आपण बोळातून जात असताना खिडकीतून द्यायची, किंवा आपल्या अभ्यासाच्या खोलीत घड्याळ बघायला म्हणून यायची आणि शेल्फवर ठेवून जायची. अनेकदा तर आपण गावाला चाललो तो तिच्या भावाचा निरोप घ्यायला तिच्या घरी वळलो. ती केर काढत होती आणि तिच्या मुठीत चुरगळलेला कागद दिसत होता. भावाचं लक्ष नाही असं पाहून तिनं तो कागद दारात टाकला. नाही म्हणायला एका

चिठ्ठीतला मजकूर आठवतोय. आपण तिला दोन भेटकार्ड दिली दिवाळीच्या वेळी. एकावर शंकर-पार्वती तर दुसऱ्यावर राधाकृष्ण. खूष होतो आपल्या सूचकतेवर आपणच. तिनं चिठ्ठीत लिहिलंन् – यापेक्षा तू स्वत: काढलेलं चित्र दिलं असतंस, तर मला जास्त आनंद झाला असता... लहानपणी पसार केलेल्या चित्रकलेच्या परीक्षा आपण कधीच विसरून गेलो होतो.

बस थांबली तेथे चारी बाजूला दिवे दिसत होते, म्हणून शहर आल्याचं कळलं. पण सगळं शांत. गप्प. जागृतीचं एकही चिन्ह नाही. डोंगराची उंचसखल काळी रेषा आणि उंचसखल दिवे. धुकं होतं. पण प्रकाशाच्या सळ्यांत दिसायचं तेवढंच आणि ही जीवघेणी थंडी. दात कड् कड् वाजवणारी. हातावर हात चोळत बसमधनं उतरलो, ते सगळं अधांतरी हलतं, डुचमळतं वाटत होतं. हॉटेलकडं येताना पावलंही अधांतरी पडत होती – उंच पायरीवर म्हणून पुढं व्हावं, आणि पायरीच नसावी अशी. गोल, चक्री रस्त्याचा परिणाम की भोवऱ्यात गरगरणाऱ्या मनाचा? पण इथं बंदी नाही. या थंडीतही इकडं आलो, ते तेवढ्यासाठी. रात्री यावं पोटभर प्यावं, असं बरेच करतात. आपली पहिलीच वेळ – इथं येण्याची; पिण्याची नव्हे.

प्रश्न पडला, हॉटेलच्या रजिस्टरात पत्ता काय लिहायचा? आणि व्यवसाय? आपलं हे विंचवाचं बिऱ्हाड. नोकऱ्या धरायच्या, सोडायच्या. हिंडायचं. तेही व्यसनच. सगळं अस्थिर, अनिश्चित. प्यायचं. नवी गावं शोधायची, नवी माणसं शोधायची. कुठं गुंता होऊ द्यायचा नाही. होतोयसं वाटलं की चला दुसरीकडं. इकडं आलो, तेही असंच. कुणी कुणाचे मुके घेतले, मिठ्या मारल्या, कमरेभोवती विळखा घालून हिंडलं, म्हणून काय कायमचं जखडून पडावं? कसं शक्य आहे ते? म्हणून पळायचं. कशापासून कुणास ठाऊक!

या साऱ्यांचा संबंध काय? जे जे घडून गेलं त्याच्या छाया अशा रेंगाळतात का? का आपल्या मनाचा हा खेळ? खरं म्हणजे प्रत्येक क्षण स्वतंत्र, स्वायत्त. प्रत्येक क्षणी आपण जन्मतो, मरतो आणि या काळ्या पोकळीत टकरा होतात, गाठी पडतात त्या निव्वळ योगायोगानं. विशाल अवकाशात दोन क्षुद्र जाणिवा काही काळ जवळ येतात, गरगरतात आणि धडपडत दूर जातात. मग या आठवणींचे आसूड, या शरीरहीन सावल्यांचा पाठपुरावा – याचा अर्थ काय?

महाग असली तरी व्हिस्की चांगली आहे. हेग्ज् गोल्ड लेबल. कणाकणांतून क्षणोक्षणी उठणाऱ्या, फेसाळणाऱ्या, झिरपणाऱ्या झिणझिण्या, अगदी हळूहळू सुन्न होणारी नजर, सिगारेटचा धूर, हीटर – रग आणि स्वच्छ, शुभ्र डबलबेड.

डबलबेड आणि आपण एकटे. अगदी एकटे आणि हे डोळे? आणि हे विविध आकार?

वर्षभर अभ्यास झाला नव्हता, म्हणून परीक्षेच्या आधी दोन महिने गावी जाऊन राहिलो. शेजारच्या घराचा दुसरा मजला, म्हणजे आपली अभ्यासाची खोली. संध्याकाळ झाली की तिची चाहूल लागायची. त्या घरात तिची एक मैत्रीण होती. तिच्याशी किंवा तिच्या आईशी गप्पा मारत असायची. अभ्यास संपवून आपणही त्यांच्या गप्पांत सामील व्हायचो. जेवायसाठी घरी जायला उशीर व्हायचा आणि घरचे म्हणायचे, अभ्यास कमी करत जा जरा.

अभ्यास संपायची वेळ साधून ती यायची. की तीही आपली समजूत?

पण तिच्याशी गप्पा काय व्हायच्या? प्रयत्न करूनही आठवत नाही. ती आजारी होती, तेव्हा आपण तासन्‌तास तिच्या घरी बसायचो गप्पा मारत. वाचून दाखवत. तीही आपल्या घरी यायची. शेजारी यायची. मास्तरांच्या घरी भेटायची. पण गप्पा काय व्हायच्या? आपल्या कविता एका वहीत ती लिहून ठेवायची. भावगीतांचा संग्रह करायचा, असं आपण ठरवताच तिनं किती लिहून, जमवून दिलीन्!

मग असं का झालं? गाढवपणा आपला की तिनं फसवलं? आपण फार लवकर विचारलं – की ती घाबरली?

त्या वयात मुलींना धाडस नसतंच. आपणही शिकत होतो. कशाच्या आधारावर तिनं हो म्हणायचं? आणखी काही वर्षे जायला हवी होती – मग कदाचित् –

किती वर्षं झाली. आता काय करायचंय ते? झालं ते होऊन गेलं. हेच व्हायचं असं ठरलं असेल. तो क्षण हातातून निसटला, खळकन् फुटला आणि पुढच्या सगळ्या क्षणांच्या ठिकऱ्या उडाल्या. काय म्हणाली ती? काय लिहिलंय? नक्की आठवत नाही. पण तसं काही नव्हतं. त्या... त्या गोष्टीचा उल्लेख नव्हताच नव्हता. फक्त 'तुझा गैरसमज... आपली मैत्री... अशीच पुढं...'

तिला कवितांच्या वहीतून बाण घुसलेलं हृदय पाठवलं. त्यात तिला उथळपणा दिसला? इतकी खोल होती ती? नाही. वेगळंच – खरं वेगळंच असलं पाहिजे. ते तिला कळलं? ते-ते-ते? अशक्य! तिला ते कळणं अशक्य – तिच्या भावगीतांच्या वहीच्या शेवटी तिनं ब्रेसियरची मापं लिहून ठेवली होती. त्यावरनं आपण हात फिरवत – पण ते तिला कसं कळणार? तिनं पाहिलंन आपल्याला? अशक्य-अशक्य...

हे सगळं इथंच थांबलं पाहिजे. सगळं. याक्षणी. ही व्हिस्की चढत का नाही आणखी? सगळं विसरावं, मनात खोल पुरावं, नशेत बुडवावं तर उलट फेसासारखं ते फसफसून येतंय, वर वर, पुरातल्या भोवऱ्यातनं गाळ वरती यावा तसं – काळा गाळ. क्षुद्र जिवाणू वागवणारा. वळवळणाऱ्या गांडुळांनी बुजबुजलेला गाळ.

नाही, अशा गोष्टी मुली कुणाला सांगत नाहीत. निदान त्या वयाच्या मुली.

निदान मैत्रिणींना. तिला ते समजलं नव्हतं. शक्यच नाही समजणं. जे झालं त्याला ते नाही जबाबदार – नाही. आणि... आणि कदाचित तिच्या मैत्रिणीनं तिला सांगितलं असलं तर? काही झालं तरी त्या मैत्रिणी होत्या. पण हे करायचंय काय आता आपल्याला? प्यावं, झोपावं, उद्या उठून चालायला लागावं. हा भोवरा फोडला तरच... तरच.

ज्यांच्याकडं आपण अभ्यासाला जायचो त्यांची मुलगी तिची मैत्रीण. काहीशी अर्धवट. सारखं हसणारी, आपल्या पुढंपुढं करणारी. हो तीच. आपण होऊन खोलीत आली. अभ्यासातल्या शंका विचारायला. खुर्चीजवळ उभं राहून टेबलावर झुकली तर तिची वेणी आपल्या मांडीवर आणि ती हसतच होती. आपल्याकडं टक लावून बघत बोलत होती – आपण थरथरत होतो, छाती उडत होती धापा टाकल्यासारखी. तिच्या अस्तित्वाच्या कणाकणानं आपण कापत होतो. तिच्या पदराचं टोक कानाला भिडलं, फडफडलं आणि आपला तोल गेला. कमरेभोवती हात टाकून आपण तिला जवळ घेतलं – काय झालं ते तिला क्षणभर कळलंच नाही. आणि ती चमकली. तिचं हसू पळालं. चेहरा आकसला. डोळे फडफडले. आणि एका झटक्यात ती दूर झाली. बाहेर गेली.

तिला हे कळलं असेल? असल्या, गोष्टी मुली एकमेकींना सांगतात? पण त्यानंतर तिच्या वागण्यात फरक पडला नव्हता, आणि चिठ्ठ्यांतही.

खरं काय? काय खरं?

कित्येक वर्षांत तिला पाहिलं नाही. लग्न झालं तिचं. मुलंही झाली. सुखी आहे. निदान असावी. तिनं नवऱ्याला आपल्याबद्दल सांगितलं असेल? काय सांगितलं असेल? आता तिचे डोळे कसे दिसत असतील? त्यात कधी आपल्या आठवणींचे मेघ जमत असतील? कदाचित तिला त्या वेळी काही स्पष्ट कळलं नसेल. उगाच घाबरून किंवा त्या वयाला शोभेशा उदात्ततेनं ती मैत्री म्हणाली असेल आपल्या संबंधांना. पण नंतर तिला कळलं असेल. रडली असेल ती. हो, रडली असेल. आपल्या आठवणी काढत असेल – निदान एकटी असताना.

खंत करण्यात अर्थ नाही. केलेल्याचं फळ भोगलंच पाहिजे. पाप-फसवणूक-अपराध या साऱ्या शब्दांना अर्थ आहे?

अर्थ आहे फक्त ग्लासातल्या व्हिस्कीला, जळणाऱ्या सिगारेटला.

◆

(मनोहर, जानेवारी १९६७)

मन माळरान

१

हिवाळी सकाळच्या कोवळ्या किरणांसारखी ती सामोरी आली आणि भाजणाऱ्या उन्हात घर शोधण्यासाठी खूप वेळ भटकण्याचे श्रम क्षणात निमाले. बेल वाजवण्यासाठी दाराच्या चौकटीवर टेकलेला हात तसाच राहिला. खूप पळून आलेल्या माणसाप्रमाणे पाय कापत होते, पोटऱ्यांत चमकत होते. शोध संपल्याचे जाणवताच शरीर गळून गेले, तहानेमुळे शोष पडला घशाला. पापण्यांनी तिचा ताजेपणा स्पर्शित उभा राहिला. दिवाकर नि:शब्द.

तिच्या गोऱ्या चेहऱ्यावरच्या तेलकट तकाकीवर गोंधळ उमटला. नुकतेच न्हाऊन मोकळे सोडलेले केस तिने सावरले, मग लाल मोठ्या फुलांच्या पांढऱ्या साडीचा पदर आणि तिची जिवणी उमलली ओठावरच्या प्रश्नामुळे.

पण त्याने तो बाहेरच पडू दिला नाही. त्या आधीच विचारले,

"मला ओळखले नाहीस ना?"

त्याला नीट नि संपूर्ण पाहण्यासाठी ती थोडी मागे झाली व वर पाहू लागली. दृष्टी नि स्मृती ताणल्यामुळे तिच्या कपाळावर अस्पष्ट रेषा उमटल्या. झुंबरावरून परतणाऱ्या किरणांइतके तिचे डोळे चमकत होते. अंगालाही सूक्ष्म गंध येत होता, पावसाळ्याच्या प्रारंभी येणाऱ्या जमिनीच्या वासाइतका खरपूस.

"कोण आहे गं, लिले?"

आतून तिच्या आजोबांनी विचारले. त्याच्या लक्षात आले, तिचे नाव आपल्याला आठवत नव्हतेच. तेवढ्यात कुणीतरी म्हणाले.

"अरे दिवाकर – आत ये ना. दारातच काय उभा आहेस? त्या बावळटानं ओळखलं नसेल तुला..." लिलीची आई.

"हा, आत्ता ओळखलं. रघुनाथकाकांचा मुलगा ना हा?"

"अरे-तुरे काय करतीयेस? तुझा काका आहे तो, लांबचा असला तरी."

दिवाकरने खांद्यावरची एअरबॅग खुंटीला अडकवली आणि धाडकन् फेकून दिले स्वत:ला एका आरामखुर्चीत. काही करू नये, स्वस्थ पडून राहावे, असे वाटत होते, पापण्यासुद्धा उघड्या ठेवायला त्रास – वारूळ वाढले तरी असेच पडून राहावे वाल्मिकीसारखे. फक्त पापण्यात एक फट असावी नि फटीपुढे ती मूर्त शिल्पाकृती. तिने थंडगार पाण्याचा एक चकचकीत तांब्या टेबलावर ठेवला समोर. लकाकी असलेला तो तांब्याही न्हाला होता नि पाण्याचे थेंब ओघळत होते त्याच्या अंगाखांद्यावरून. भांडे बाजूला ठेवून त्याने तांब्याच तोंडाला लावला. थंड होत गेले हळू हळू आत आत. निम्मा अधिक तांब्या सरल्यावर त्याच्या लक्षात आले, ती, तिची आई, तिचे आजोबा बघताहेत आपल्याकडे. आजोबांना हा पोरखेळ वाटत होता, हे नक्की. तिच्या आईला कदाचित कौतुक. आणि तिला? तिला काय वाटत होते? त्या किंचित् विस्फारलेल्या किरणोत्सर्गी डोळ्यांत कौतुक होते, आदर होता की नुसतेच खट्याळ स्मित होते, अनामिक?

आणि आजोबांच्या चौकश्यांना सुरुवात झाली. 'क'च्या बाराखडीचा काच, वाक्यावाक्यांत.

– आई-वडील कसे आहेत?

– तू काय करतोस?

– इकडे कुठे?

– किती दिवस संमेलन?

तोही शांतपणे उत्तरे देत होता. शक्य तितकी सविस्तर, शक्य तितक्या मोठ्याने - त्यांना कमी ऐकू येत होते – कोणकोण कुठे कुठे आहे, काय-काय करताहेत; सारे झाले. अपेक्षेप्रमाणे आजोबा आपल्या अप्रकाशित लिखाणाकडेही वळले. कळवळून म्हणाले,

"गंभीर लिखाणाला प्रकाशक मिळत नाही आजकाल. सगळे चटोर कथा-कादंबऱ्या काढताहेत – फ्रेंच भाषेतील एका मोठ्या ग्रंथाचे भाषांतर केलेय मी. छापील पृष्ठे होतील सुमारे हजार. ते छापलं तर दोनतीन पुस्तकांचं भाषांतर करायचं मनात आहे माझ्या. आणखीही एक सीरीज आहे..."

हं हं हं करीत दिवाकर बसून होता. आजोबांच्या सुरात थकवा, दमछाक स्पष्टपणे उमटली होती. नुसता थकवा नव्हे; मनस्ताप, अपेक्षाभंग, कडवट उपरोध. आपल्याला न्याय मिळाला नाही, आपली किंमत कुणी ओळखलीच नाही, असं सत्तराव्या वर्षीही विकल स्वरात म्हणत होते ते. पूर्वायुष्यात त्यांच्याबरोबर असलेल्या, मागे असलेल्या, पण आता त्यांना मागे टाकून पुढे गेलेल्या सर्वांचा ते हेवा करीत

होते, द्वेष करीत होते आणि तरीही त्यांच्या प्रसिद्धीच्या प्रकाशात वाटणी मागत होते, आपल्या कधी काळच्या साहचर्याच्या बळावर.

लिली मोठ्या भक्तिभावाने पाहत होती आजोबांच्याकडे. तिला ते खरे खरे वाटत होते? आजोबांवर झालेला अन्याय तिला जाचत होता? की ती फक्त कीव करीत होती त्यांची? त्यांच्या कार्यशक्तीचा वकूब कळूनही त्यांच्या विलापिकेत समरस होत होती? की तीही तेच रोमँटिक आत्मपीडक गीत आळवीत होती, तरुणपणच्या हळव्या भावनाप्रधानतेचे?

ती उभी होती दाराच्या चौकटीत, चित्रासारखी. दिवाकरला वाटले, लिली हे नाव अपुरे आहे. लिलीच्या जोडीला हवी होती 'चित्रा', 'प्रतिभा' अशी बरीच नावे!

आणि तिने उमलल्या नजरेने पाहावे आपल्याकडे निदान एकदातरी. बास्.

२

संमेलनाच्या अध्यक्षांचे भाषण चालू होते. हातात छापील भाषण असले, तरी दिवाकरचे डोळे फिरत होते मंडपभर. शेजारीच होती एक जरठकुमारी, अंग आखडून घेतल्याचा देखावा करीत. तशी ती जरठ नव्हती. पण तोंडभर पुळ्या, शुष्क वातड कातडी, मुद्दाम तोंडावर ओढलेल्या बटा. एकाच दृष्टिक्षेपात त्याने तिला मापले. नोकरी करणारी, चटोर कथाकादंबऱ्या वाचणारी, दिसेल त्या तरुणावर गळ टाकून मग त्याच्या गळ्यात गळा घातल्याची दिवास्वप्ने पाहणारी. ही गंमत सहज जमणारी आहे, हे लक्षात येताच तो सावध झाला, कान टवकारलेल्या कुत्र्यासारखा. आजूबाजूची गर्दीगडबड, अध्यक्ष, फोटोग्राफर, हारतुरे, स्वयंसेवक – सगळ्यांच्याकडे भिरभिरणारी नजर त्याने रोखली आणि अगदी सहज, अनवधानाने त्याने आपले डोळे तिच्या डोळ्यांना भिडवले. मग तो थोडा ऐसपैस बसला. हलताना त्याचा खांदा क्षणभर तिच्या दंडाला भिडला. त्याची बोटेही तिच्या मांडीच्या वाटेला जाऊन आली. अपेक्षेप्रमाणे तिने विचारलेच – काय त्याला महत्त्व नव्हते. तुम्ही-कुठले-आम्ही-कुठले झालं आणि शहर बघायच्या संयुक्त प्रोग्रॅमची आखणी होईपर्यंत अध्यक्षांचे भाषण चालू होते. या मंडपातच आपले कार्य उरकायची तिला घाई झालेली दिसत होती आणि काम साधण्यास त्याची ना नव्हती.

अनोळखी शहरातील संध्याकाळ कशी काळीज घेरीत येते. दिशांचा, अंतरांचा, अवकाशाचा अंदाज नसतो. अपरिचित माणसांचे परिचित थवे. दुकानांसारखी दुकाने. पण वाटत राहते, आपण या प्रवाहाबाहेर आहोत; निर्विकार मनाने निरीक्षण

करीत आहोत – टँकमधल्या माशांचे करतो तसे. दिवाकरचेही मन पोकळ पोकळ झाले. गर्दीच्या गराड्यात वेढला जाऊनही त्याला वाटत होते आपण एकटे आहोत. अगदी एकटे. आणि त्याचे लक्ष जात होते आत, आत, आपल्यातच. कोण आपण? पावलापावलाला पापे प्रसवणारा पुरुष? अनुभवांचा आलेख काढण्याचा निष्फळ प्रयत्न करणारा शब्दजुळारी? थंड मनाने संसार करणारा व्यवहारपंडित? की कोमल भावना नि उसने विचार यांच्या चिखलात लोळणारा किडा कोणी, क:पदार्थ?

३

– काळोखाची रजनी होती, हृदयी भरल्या होत्या खंती – दार उघडेच होते. तरीही दिवाकरने दारावर टक टक केली. जुने भक्कम लाकडी दार. काळा राप चढलेले. त्यावर चक्राकार पितळी चकत्या, काळ्या पडलेल्या. टकटकीचा आवाज काही क्षण घुमला. मग आतल्या अंधाराच्या गुहेतून शब्द आले,

"या, आत या."

हा त्यांचाच का आवाज? दिवाकरने तो सर्व शक्तिनिशी पकडण्याचा प्रयत्न केला. कसा होता तो आवाज, उंच का जाड? उत्साही की थकलेला? समाधानी की चिडचिडा? आपण उत्सुकतेने आलो – हा माणूस जिवंत आहे, इथेच आहे, असे कळताच भारल्यासारखे धावलो, जरठकुमारी हिरमुसली. तरी. तरी नाही हा आवाज एका क्षणानंतर आठवत?

अंदाजाने तो सरळ आत गेला आणि थांबला. व्हरांड्याच्या बाजूच्या खोलीच्या दाराची चौकट प्रकाशित झालेली होती. दार ढकलून तो आत शिरला. आणि समोर होते ते. एका मळकट तक्क्याला टेकलेले. पांढऱ्याकरड्या झुबकेदार मिशा, तेलाचा थेंब न लागलेले पांढरे केस, जस्ताच्या काड्यांची चाळिशी. खादीचे शर्ट-धोतर. हातापायांवर, चर्येवर, सुरकुत्या, दारिद्र्याच्या अन् वयाच्या छाया.

त्यांचे दिवाकरकडे लक्षच नव्हते. डोळे मिटून ते तक्क्याला रेलले होते, आणि एक हात त्यांनी टेकला होता बाजूच्या डेस्कवर.

थोडे अंतर ठेवून दिवाकर सतरंजीच्या एका कोपऱ्यावर टेकला. तो गप्प. तेही गप्पच. त्यांच्या एकांतावर अतिक्रमण करणारा तो अनाहूत. सुरुवात कोण करणार? कुठून? शेवटी दिवाकरने काहीच अर्थ नसलेले अऽऽऽ केले. त्यांनी डोळे उघडले –

आणि एक हिरवी लाट आली थेट. पाऱ्यासारखी. त्याला कासावीस करीत ती लाट त्याच्या पलीकडे गेली.

त्यांनी विचारले,

"इथं कशाला आला?"

"तुम्हाला – तुम्हाला भेटावं म्हणून. संमेलनासाठी आलो आणि कळलं, तुम्ही जिवंत आहात, इथंच असता."

आधीच्या अनोळखी, नि:शब्द वातावरणाचे वजन कमी होत होते. हळूहळू पायांच्या बोटांची हालचाल करीत त्याने शब्द जुळवले,

"मी-लिहितो थोडंसं-अधूनमधून."

खि: करून हसले कुणीतरी. दिवाकर चमकला. आतल्या खोलीत जायचे दार उघडे होते आणि प्रकाशाचा एक पट्टा आत पसरला होता. तो जिथे संपला तिथेच छोट्या स्टुलावर अर्ध्या चड्डीतला एक बुवा बसला होता आणि पुन्हा पुन्हा पोट दाबून खिदळत होता तो खि: खि: करीत. चड्डीच्यावर तो उघडाच होता नि त्याच्या छातीवर, डोक्यावर केसांचे जंगल माजले होते आणि त्यातून चमकत होते, शून्यात रोखलेले त्याचे हिरवे डोळे.

"विनायक..."

हसणे थांबवून घाबरलेल्या सशाप्रमाणे तो बुवा दारात उभा राहिला. अगदी सहज आवाजात काहीच न झाल्याच्या आविर्भावाने तो म्हणाला,

"विनायक, आईला सांग चहा करायला दोन कप."

मांडी खाजवत विनायक वळला आणि चालायला लागला हेलकावत, झोकांडत, गुरुत्वमध्य ढळलेल्या बाहुल्यासारखा. अंधारात तो दिसेनासा झाला, तरी मंतरल्याप्रमाणे दिवाकर तिकडेच पाहात होता. त्यांनी परत विचारले,

"काय करता तुम्ही?"

अशा आवाजात की जणू, काही झालेच नव्हते दरम्यान. फक्त काही क्षण आले आणि काही करण्याबद्दलचा त्याचा विश्वास घेऊन गेले. दिवाकरने उत्तरच दिले नाही. फार तर तो म्हणाला असता झोपून उठतो, जेवतो व परत झोपतो. मग त्यानेच विचारले,

"तुम्ही हल्ली काय करता?"

"तुम्ही पाहात आहात तेच. बसून असतो या खोलीत. वाट पाहात असतो कुणी येण्याची – दारातून किंवा कल्पनेतून – तर त्या खिडकीतून माझा मृत्यू डोकावत असल्याचं मला दिसतं."

"तुम्ही लिहायला सुरुवात केली, तेव्हा तुमच्या मागे परंपरा नव्हती; तुमच्या प्रकाराचं कुणी लिहिलंच नव्हतं. तरी तुम्ही इतकं अस्सल कसं लिहिलं?"

"कुणास ठाऊक मी लिहिलं ते माझ्याबद्दल, जास्तीतजास्त प्रामाणिकपणानं. कष्टांची कसूर न करता. कुणी म्हणतात, माझ्या लेखनात समाजदर्शन नाही. पण मी जे जगलो ते समाजाचंच अंग होतं ना? मग माझं दर्शन म्हणजे समाजाचंही

दर्शन नाही का?''

विनायक चहा घेऊन आला. हिंदकळत. लाल चहा. त्यांचे डोळे ताजे, तेजस्वी दिसत होते – गूढ हिरवे अरण्य उभे होते त्यांच्या डोळ्यात. ते म्हणाले,

''मी माझा कप रिकामा करीत असे. मग तो आपोआप भरून यायचा. की तो पुन्हा रिकामा करायचा. फार अवघड असायचं ते. प्रत्येक क्षणी पारखं व्हायचं सगळ्याला-मागच्या क्षणाला, माणसांना, विकारांना. निर्लेप, निर्विकार व्हायचं. मरायचं मनात. कुठल्यातरी क्षणी ते जमे. क्वचित्. पण तो क्षणच असायचा अनंताचा कण, ऐंद्रिय संवेदनांच्या पलीकडील अवकाशाचं ओझरतं दर्शन. देठ तोडून ओंजळीत घेतलेल्या कमळाप्रमाणं दिसायचं विश्व – आपल्याला सामावून घेऊनही आपल्यापासून तुटलेलं.''

थोडा वेळ ते थांबले. दाढीचे खुंट खाजवीत उभ्या असलेल्या विनायककडे पाहात ते चहा प्यायले. मग म्हणाले,

''जाऊ दे. माझी कशाबद्दलही तक्रार नाही. सगळ्यांनी माझं कौतुक केलं. ते पुरे आहे मला.''

दिवाकरला आपल्याच हृदयाचे ठोके स्पष्ट ऐकू येत होते. त्याने विचारले,

''तुम्ही इतके समाधानी कसे? तुम्ही जिवंत आहात हेही मराठी वाचक विसरलाय.''

''आपल्या जिवंतपणी आपले शब्द, आपली पुस्तके मेलेली पाहण्यापेक्षा, पुस्तकं जिवंत असलेली पाहत असं मृतवत् जिणं बरं. शेवटी कलावंताचं मन म्हणजे माळरान असतं एक. कुणी स्तुती करा, कुणी तुडवा. माळरानाला त्याची काय पर्वा?''

४

माळरानाला त्याची काय पर्वा? दिवाकर स्वत:शी घोकत होता. त्याला वाटलं, त्या शहराच्या रंध्रांतूनही तोच आवाज येतोय. इतक्या सुरेख, रेखीव इमारती होत्या रस्त्यारस्त्यावर. पण कलाकारांची नावनिशाणीसुद्धा नव्हती कुठे. काय पर्वा? कलाकृती पाहाताय् तोवर कलाकार विसरला तरी - नव्हे, विसराच. व्यक्तीचा, वेळेचा, मातीचा संदर्भ विसरा; जेवढे उमळून आलेय, उमलून आलेय, तेवढं पाहा; संदर्भरहित.

दिवाकर वाक्ये जुळवीत होता, मनाशी. रस्त्यांवरून भरकटत होता. अ वाइल्डरनेस – अ मायटी मॅस ऑफ ब्रिक अँड स्टोन अँज वाइड अँज आय कुड

रीच – डर्टी अँड डस्टी. सूज आल्यासारखे वाढणारे शहर. चैतन्यमय वास्तूच्या शेजारी – समोर – भोवती सिमेंटच्या चार भिंतींचे तट. व्यवहाराने वेढलेला कलावंत, – कला. या शहराला कोण शह देणार? विकृत संस्कृतीचा वायू आत घेऊन तो शुद्ध करून बाहेर टाकणारा कोण आहे आज? कोण निर्माण करणार असा शब्द, ज्याच्यावर देवसुद्धा अवलंबून असतात? आपली तर पंचवीस वर्षे गेली फुकट, शब्द कसे वापरावे हे शिकण्यात. आणि आता...

दिवाकरला आठवले, जरठकुमारीला आपण अपॉईंटमेंट दिली होती – रात्रीच्या जेवणाची व सिनेमाची. पुरेशी हुरहूर लावण्याइतका उशीर झाला होता. त्याने टॅक्सी केली.

टॅक्सीत तो दिसताच तिने पावडरच्या थरावर रुसव्याचा रूज चढवला. कमरेत झुकून नाटकी आर्जवाने दिवाकर म्हणाला,

"सॉरी हं."

"चला."

"कुठं?"

"इश्श."

"इश्श काय, तुम्हीच म्हणाला ना 'चला' !"

ती हसली अस्फुट, नाजूक. पण दुपारच्याप्रमाणे ते कृत्रिम वाटलं नाही आता. दुपारचे उबग आणणारे रूप पार बदलले होते. असे वाटत होते, कुठल्यातरी जादूने जरठ कुमारीची सिंड्रेला झाली होती. चेहऱ्यावरचे खाचखळगे भरून आले होते. वातड कातडी मुलायम झाली होती. भगभगीत उन्हात भडक वाटणारी रंगरंगोटी आता खुपत नव्हती. ही जादू कुणाची? संध्याकाळच्या सुन्न, कातर वेळेची? ट्यूबलाइटच्या मंद निळसर प्रकाशाची? की... की आपल्या मनात श्वापदाप्रमाणे दबा धरून बसलेल्या संभोगसावलीची? रोमँटिक प्रणयी अपेक्षांची? कुणाची ही किमया? दिवाकरला काही कळेना. पण ती भावुक वाटत होती. अल्लड कुमारिकेचा उथळ अभिनय, आणि त्यामागे उभी असलेली अतृप्त वासनेची, अगतिकतेची वेदना यांचा मागमूस नव्हता आता तिच्या डोळ्यांत. संसाराच्या सापळ्यात त्याला पकडण्याचा तिचा बटबटीत प्रयत्नही जाणवत नव्हता. त्याला प्रश्न पडला, एका मिनिटात जिला जोखले आपण दुपारी, तीच का ही? किती वेगळी वाटतेय, किती गूढ वाटतेय ही आता.

चालताना बरोबर राहणे जमत नव्हते गर्दीमुळे. ती मागे पडायची. मग दिवाकर थांबायचा नि बघून घ्यायचा तिला पुन्हा. त्याची आतुरता वाढत होती. गर्दीही तिच्याकडे वळून-वळून पाहत होती. दिवाकर तिला सांभाळत होता – एखाद्या

किमती ठेव्याप्रमाणे. धक्क्यांपासून तिला वाचवायच्या मिषाने तिच्या अंगाला अंग भिडवायचा तो. तिचा दंड धरायचा, तिच्या कमरेभोवती हात टाकायचा. जणू, काही न बोलता, काही खुलासा न होताही ती अंकित झाली होती त्याच्या. आता अवकाश होता तो एकांत मिळण्याचा. या सगळ्यापासून दूर दूर जावे, एखाद्या उघड्या माळावर बसावे. मोठमोठ्या पाषाणांच्या राशी पाहात; आणि तिला कवेत घ्यावे. एका शब्दाने विरोध करणार नाही ती. मिठीत मिटून जाईल, चांदण्यात गारवा शिरावा तशी.

टँकबंडवर ते पोहोचले तेव्हा चंद्र वर आला होता. समोरच्या संथ पाण्याकडे पाहात ती म्हणाली,

"किती सुंदर दिसतोय नाही हा तलाव इकडून? नाही तर पहाटे रेल्वेतून दिसला तो सांडपाण्याच्या डबक्यासारखा."

"सौंदर्य दृष्टीत असतं, वस्तूत नाही.'

सूचकतेचा आव, पण सूचित अर्थ सहज समजेल असे आघात शब्दांवर.

"म्हणजे?"

"शिवाय विस्तीर्ण जलाशय, धूसर चांदणं..."

तिने एक क्षणभरच त्याच्याकडे रोखून पाहिलं. मग मुठीत बरेचसे दगड गोळा करून ती ते एक-एक करीत पाण्यात फेकू लागली. इतकी विलोभनीय दिसत होती ती. इतकी हवीशी वाटत होती. इतकी... इतकी...

थोडा वेळ कुणीच बोलले नाही. मग दिवाकरने तिच्या खांद्याभोवती हात वेढून तिला जवळ ओढले आणि आवेग असह्य झाल्याप्रमाणे डोळे मिटून तिच्या मानेवर ओठ टेकले.

तो तिला अधिक-अधिक जवळ ओढू लागला, जास्त-जास्त बिलगू लागला, तेव्हा तिने त्याला हलकेच दूर केले आणि ती उभी राहिली संथपणे. शांतपणाने म्हणाली,

"चला, उशीर झाला."

"थांब ना... अगदी थोडा वेळ... आणखी पाच मिनिटं." आर्जवं. अगतिक लाचारी.

"कशाला?"

तिच्या गुडघ्याजवळ कपाळ घासत तिच्या साडीचे मुके घेत तो म्हणाला,

"आय नीड यू. यू आर द वूमन आय नीड मोस्ट."

बाजूला होऊन तिने आपली सुटका करून घेतली. संथपणाने म्हणाली,

"तुमच्या बायकोला कळलं तर तिला काय वाटेल?"

दिवाकर काळोखकाळोख झाला. शब्द ओढले जात होते आत. शोष पडला

घशाला. त्या पुरूरवा रात्रीची रया गेली एका क्षणात. जणू, पाषाणाने पापणी उचलली पळभर आणि त्याच्या रेताचे वाळवंट झाले रेताड.

"मोह पडला मला. तुम्ही हवे आहात मला. अजूनही. तुमची पुस्तकं वाचलीत मी. मीही कविता लिहिल्या, खूप कौतुकही झालं त्यांचं. पण माझा मलाच उमगला त्यातला तकलुपीपणा. तुमच्यासारखं चरकात पिळून घ्यायची हिंमत नाही तोवर एका अक्षरालाही अर्थ देता येणार नाही मला. म्हणून प्रयत्न केला स्वत:ला कापराप्रमाणे जाळून घ्यायचा. पण तीही हिंमत नाही माझ्या अंगी. क्षमा करा."

५

"हं काल दिवसभर कुठं होतास? काय-काय केलंस?"

काय केलं म्हणजे? दिवाकर त्या चौकशीने पेटून उठला. या म्हाताऱ्याला काय करायचंय; आपण कुठे गेलो-काय केले ते आणि असे मानण्याइतका मूर्ख आहे हा की आपण सगळे सांगूही – जरठकुमारी, बार, यासकट सगळे? सांगूही. पण आपल्याला वाटले तर. तो विचारतोय म्हणून नव्हे.

"संमेलनाच्या मंडपातच."

"नव्हतास तू. मुंबईहून आलेल्या एकाला मी विचारले. त्याला माहीत नव्हते मी तुझा काका हे. म्हणाला, 'गेला असेल हुंगत कुठेतरी.' "

सांगितलं ना त्याने? मग पुन्हा कशाला विचारतोय? की श्रुतिस्मृतींना पाणी सुटलंय मी कुठं-कुठं काय काय हुंगलं हे ऐकण्यासाठी? का याला स्वत:ला जाता येत नाही म्हणून ही खवखव, ही वखवख? गेलेल्या तारुण्याबद्दलचा तळतळाट? जरठकुमारीबद्दल सगळे सांगावे – शेवट वगळून. खूष होईल म्हातारा. कदाचित चोरटा शोधही करील तिचा उद्या.

पण दिवाकरची जीभ रेटेना. दारात लिली उभी होती. पण आज ती त्याच्याकडे बघत होती, टक लावून. आजोबांच्या वाक्यांना हसतही होती अस्फुट, अधूनमधून. दिवाकरला समजेना हा काय चमत्कार आहे, परवाची कोवळी कळी आज अचानक उमलली? की तारुण्याकडे तारुण्य ओढले गेले लोहचुंबकासारखे, नकळत? काही का असेना; आताच उजाडतंय हिच्या जीवनात. या वेळीच ते उजाड करायचं पाप नको आपल्या माथ्यावर.

"....च्याकडे गेलो होतो."

"हां. हां. तो प्रसिद्ध लेखक होय. इकडंच राहातो ना कुठंतरी?"

कुठेतरी! – इतकी वर्षे राहिला हा म्हातारा या शहरात. यापेक्षा ओसाड

मसणवटीत राहावे. म्हणे, 'इकडेच राहातो ना कुठंतरी!' आणि तक्रार करायची, आपल्याला प्रकाशक मिळत नाही. त्या माणसाने आपले सर्वस्व पणाला लावले प्रत्येक शब्दासाठी. कुरवंडी केली कथेवरून स्वत:च्या प्राणांची आणि म्हणे 'तो' लेखक! अरे तो खरा चिंतामणी स्पर्शू. बाकी सारे येरागबाळू.

तो कपडे आवरू लागला. पुस्तके शोधू लागला. लिली मदत करीत होती. पुस्तके चाळून पाहत होती. चाळता-चाळता तिने विचारले,

"आजच जाणार तू? राहा ना आणखी एक-दोन दिवस. सुट्टीच आहे ना सध्या?"

"छे! रिझर्व्हेशन केलंय आजचं."

"ते केव्हा?"

"गाडीतनं उतरल्याबरोबर. या जगात येताच जाण्याचंही नाही का आपण रिझर्व्हेशन करीत?"

– या तुलनेचा मोह आवरायला हवा होता, दिवाकरला वाटले.

ती त्याची कवितेची वही चाळत होती. मधेच ती उठली नि टेबलावरची कागद-पेन्सिल घेऊन काहीतरी उतरवून घेऊ लागली. त्याने डोकावून बघितले.

'मन माळरान झाले, नाते कुठे न उरले.' त्याला धक्का बसला. हिला आवडावी ही कविता? का तिच्याही मनात खोल कुठेतरी आहे हे माळरान दडलेले? का हाही रोमँटिक एकलेपणा-दु:खाची आत्मपीडक आळवणी? नाही. नसावे तसे. तसे असते तर तिला आवडल्या असत्या ओळी : 'असह्य एकलेपणा, आग अंतरी जळे' – त्या पलीकडे गेली नसती ती.

तिने विचारले,

"आपल्या वेगळेपणाची, व्यक्तित्वाची जाणीव म्हणजे अपरिहार्यपणे एकाकी जीवन, नाही? आणि शहरात – विशेषत: यंत्रयुगातील अफाट शहरात – व्यक्तित्व दुभंगते आणि एकलेपणा वाढतो – त्यामुळे नात्यागोत्यांवर, वैयक्तिक आणि सामाजिक संबंधांवर ताण पडतो, असंच ना?"

दिवाकरला हायसे वाटले. अजून तिचे काळीज अभंग होते तर. आता, ती नवकाव्याची एक उत्साही अभ्यासक, एवढेच. त्यापेक्षा आत खोलवर शिरला नव्हता हा जंतू.

– अर्थात, तो शिरला नसताच असेही नाही.

पण जाऊ दे. गाडीची वेळ होत आली होती. त्याने एअर बॅग खांद्यावर लटकावली आणि तो बाहेर पडला.

◆

(अभिरुची, दिवाळी १९६६)

मातीच्या मूर्ती

काळोखातून एखादे पिशाच्च सामोरे यावे, तसा तो माझ्यासमोर उभा राहिला. कंपार्टमेंटमध्ये इतर कोणीच नव्हते. गाडी वेगाने मदुराईहून त्रिवेंद्रमकडे धावत होती. क्षणभर भीतीची एक सणक आली. घशात आवाज गुदमरला. आता तिरुनवेल्लीला उतरेपर्यंत त्याच्याबरोबर वेळ काढणे भाग होते. बाहेर अंधार दाटला होता आणि खिडकीच्या तावदानावर होणाऱ्या आवाजानं पाऊस कोसळत असल्याचे कळत होते.

वेळ घालवण्यासाठी मी त्याच्याशी गप्पा मारायला सुरुवात केली. माझं नावगाव सांगितलं, कुठं व का जातोय ते सांगितलं. पण तो गप्प होता. बोलण्यात त्याचं फारसं लक्ष नव्हतं. त्याच्या स्थिर एकटक नजरेनं मी अस्वस्थ झालो. तो शब्दही न बोलता काहीतरी सुचवतोय, 'तुला मी चांगलंच ओळखतो' असं नजरेनं म्हणतोय असं वाटत होतं. पण माझी अस्वस्थता त्याला कळू नये म्हणून मी बडबडत राह्यलो. मी विचारल्यावर त्यानं आपलं नाव सांगितलं. पण त्याच्या आवाजावरून तो खरं बोलतोय याची मला खात्री वाटली नाही. थोड्या वेळानं मी माझं बोलणं आवरलं, मोठा दिवा मालवून निळा दिवा लावला, बेडिंग सोडलं आणि कोपऱ्यातला बेडलँप लावून वाचण्यासाठी आडवा झालो. थोड्या वेळानं त्यानं अचानक विचारलं,

"काय वाचताय?"

"टू ऑन अ पार्टी. टेनेसी विल्यम्सची गोष्ट." मी तुटक उत्तर दिलं.

"तुम्हाला आवडतो टेनेसी विल्यम्स?"

"हो. का? तुम्हाला नाही आवडत?"

''नाही. तो फक्त विकृत लोकांनाच आवडतो म्हणतात.''

''म्हणजे?''

''काही नाही. तुमचं काय मत आहे. तो विकृत लोकांबद्दल सारखा लिहितो, याबद्दल?''

''त्याला काय हरकत आहे?'' मी प्राध्यापकी आवाजात म्हटलं. ''विकृतीबद्दल कुणीतरी लिहिलंच पाहिजे. शिवाय अमेरिकत विकृती हीच प्रकृती झालीये. जीवनाचा प्रचंड वेग, सर्व प्रकारची शारीरिक सुखं...''

मला मधेच थांबवून त्यानं विचारलं, ''म्हणजे तुम्हाला असं म्हणायचंय की आपल्याकडे विकृती नाहीतच?''

''नाही. तसं नाही. पण आपल्याकडं त्याचं प्रमाण फार कमी आहे.'' मी माझं प्राध्यापकी कौशल्य कुरवाळत उद्‌गारलो.

पण तो एकदम धरण फुटल्यासारखं बोलायला लागला. मला एका शब्दाचीही त्यानं उसंत दिली नाही. मी ऐकतोय की नाही, याकडेही त्याचं लक्ष नव्हतं. एखाद्या वेड्यानं स्वत:शीच बडबडावं तसं तो बोलत होता. मन आणि शरीर यांच्यातील रस्सीखेच म्हणजे विकृती; शरीराच्या भुका वेळच्या वेळी न भागणं, त्यांच्यात चोरटेपणा असणं, किंवा वयात येण्यापूर्वीच वासना चाळवणं, अशा गोष्टींतून विकृती निर्माण होतात, असं त्याचं म्हणणं.

''उदाहरणार्थ, कंजूष आईबापांचा मुलगा घ्या. त्याला चोरून खाण्याची सवय लहानपणी लागते आणि मग मिळवता झाल्यावरही साय, साखर, तूप अशा गोष्टी कुणाच्या न कळत खाव्याशा वाटतात. ही एक प्रकारची विकृतीच.''

''माझा मानसशास्त्राचा अभ्यास नाही.'' असं सांगून मी ती चर्चा थांबवण्याचा प्रयत्न केला. पण त्यामुळे त्याला आणखीच उत्साह आला. तो म्हणाला, ''तुम्हाला एक गंमत सांगू? विकृती घालविण्यासाठी सायकिॲट्रिस्टस् आपल्या पेशंटस्‌ना मोकळेपणानं बोलायला लावतात, त्यांची सगळी इन्‌हिबिशन्स काढायचा प्रयत्न करतात. त्यांत आणि कॅथलिकांच्या कन्फेशनमध्ये विलक्षण साम्य आहे नाही? मला तर वाटतं टेनेसी विल्यम्स आपल्या लेखनांतून नेहमी कन्फेशन्सच देत असतो.''

तो इतक्या भरभर बोलत होता आणि इतक्या भिन्न भिन्न गोष्टींबद्दल बोलत होता, की त्याच्या शब्दांचा अर्थ मला चटकन् कळत नव्हता. पण त्याचा आवाज, त्याचे शब्द, त्याच्या बोलण्यात येणारे विषय या सगळ्यावरनं असं वाटलं की कुठंतरी एक फट आहे. त्याच्या सुसंस्कृत, सुशिक्षित देखाव्यामागं अपयश, असमाधान यांनी पोळलेला, विलक्षण न्यूनगंड असलेला किंवा अपराधी मनोवृत्तीचा कोणीतरी सारखा हजर आहे. त्याला सारखा डिवचतोय.

बराच वेळ तो शांत होता. झोप आली म्हणून पुस्तक बाजूला ठेवून मी डोळे मिटले, तेव्हा त्यानं विचारलं,

"तुम्ही लोलिता वाचलीय?"

मी काहीच उत्तर दिलं नाही.

प्रवासातल्या ओळखी नेहमीच अधिक जवळच्या असतात. काहीही बोललो तरी ते भुतासारखं मानगुटीवर बसणार नाही याची खात्री असते. रोजच्या व्यवहारातील जग आणि प्रवासातले जग ही पूर्णपणे वेगळी असण्याची जाणीव असते. शिवाय एकटेपणाही संपवायचा असतो. आपल्याला न ओळखणाऱ्या जगातला एखादा कोपरा तरी आपलासा करायचा असतो. निदान त्याच्या बाबतीत तरी असं काहीतरी झालं असावं, असं मला वाटलं. मी तर प्रवासात एकटा असलो की स्वत:शीच गप्पा मारत बसतो.

गाडी तिरुनवेल्लीच्या स्टेशनात उभी राहिल्यावर मला जाग आली. डोळ्यावरची झापडं उडवायचा प्रयत्न करीत मी घाईने उतरलो. उजाडायला अजून बराच अवकाश होता. दूरवरच्या खांबांच्या भोवती मंद पिवळट प्रकाशाची डबकी साठली होती. बाकी सगळीकडे गडद अंधार. गारठवणाऱ्या थंडीत दवाच्या ओलसरपणाने भर पडत होती. हमालाकडे पाहात मी 'केप' म्हणून प्रश्नात्मक सुरात ओरडलो आणि त्यानं ज्या दिशेला बोट दाखवलं त्या दिशेला अंधारातून जाऊन बस पकडली.

नुकतेच उजाडत होते. काळ्याभोर सडकेवरून बंदुकीतून सुटलेल्या गोळीसारखी बस सणसणत होती. नारळीच्या झावळ्या, केळीच्या बागा अंधारातून हळूहळू डोकं वर उचलत होत्या. रांगोळीच्या ठिपक्यांतून हळूहळू आकार उमटत जावेत, त्याचप्रमाणं काचेतून दिसणारं जग क्षणोक्षणी स्पष्ट होत होतं. नजर जाईल तिथं दवानं भिजलेलं गवत – चमकदार, पोपटी, हिरव्या, पिवळ्या रंगांचा सडा व हिरवा, कच्चा वास. सगळीकडे टवटवी, ताजेपणा, कोवळीक – एक नवा कोवळा दिवस!

कुणाला तरी हे सांगावं म्हणून मी शेजारी पाहिलं – आणि चकितच झालो. नेमका माझ्याच शेजारी तो कसा आला, याचं मला आश्चर्य वाटलं. त्याला बघताच माझा ओसंडणारा बालिश उत्साह जागच्या जागी विरला. डोळे मिटून तो डुलकी घेत होता. मुद्दामच मी त्याला ढोसून जागं केलं आणि सगळं दाखवायला सुरुवात केली. म्हटलं, प्रवासात काही फक्त प्रेक्षणीय स्थळंच बघायची नसतात. त्याचे डोळे किंचित् बारीक झाले, कपाळावर आठी पडली आणि काहीशा कडवट आवाजात

तो म्हणाला,

"मला रात्र आवडते. डबक्यात साकळलेल्या हिरवट काळ्या रंगाची. स्तब्ध तळाचा ठाव लागू न देणारी."

तो मधेच थांबला आणि बाहेर पाहू लागला. त्याची ती बोलणं अर्धवटच सोडायची सवय आता मला माहीत झाली होती. आपण भलतेच बोलून गेलो, अशी शंका त्याला वाटायची की नको ते बोलून जाऊ, अशी भीती वाटायची, ते कळत नव्हतं. एखादं मुद्दाम तयार केलेलं भाषण लयदार आवाजात म्हणून दाखवल्यासारखं त्याचं बोलणं वाटायचं. शब्द, वाक्यांची बांधणी, विचारांची मांडणी यात जाणीवपूर्वक केलेली निवड असावी असा भास व्हायचा. पण ते तो मुद्दाम करीत नसावा. त्याच्या वरच्या वाङ्मयीन संस्कारांचा त्यालाही न टाळता येणारा तो परिणाम असावा. असं वाटलं, आपल्या शब्दांतून तो कशाचा तरी शोध घेतोय - कदाचित् स्वत:चाच.

डाकबंगल्यात मी आधीच रिझर्व्हेशन केलेलं होतं. त्यामुळं जागेचा प्रश्न नव्हता. हमालाकरवी जवळच्या वाटेनं सामान पुढं पाठवून दिलं आणि मी समुद्राकडे वळलो. एखाद्या जत्रेत उभारलेल्या दुतर्फा दुकानांप्रमाणे गाव दिसत होतं. मला आधी समुद्रकिनारा पाहायचा होता. समुद्र किती प्रचंड दिसतोय, ते बघायचं होतं आणि जमीनही नकाशातल्याप्रमाणं निमुळती टोकदार होत जातेय का, याची उत्सुकता होती. रस्त्याला उतार होता आणि दोन्ही बाजूस धर्मशाळा, खानावळी, शंखशिंपले, फोटो इत्यादी विकणारी दुकानं. एखाद्या भाबड्या, खेडवळ मुलीसारखं सगळं भाबडं, शुद्ध, पवित्र, कोवळं वाटत होतं. काँक्रिटचे तीनमजली लॉजिंग बोर्डिंग आणि एक खादी, हँडिक्राफ्ट्सचं दुकान हे दोनच शहरी स्पर्श या अश्रापतेचा भंग करणारे.

कन्याकुमारीशिवाय इथे आणखी दोघांची वस्ती आहे – विवेकानंद आणि गांधीजी. विवेकानंदांना इथेच साक्षात्कार झाला तर महात्माजींच्या अवशेषांचे इथे विसर्जन झाले. एका प्रचंड शिळेमध्ये अजूनही विवेकानंद पद्मासन घालून बसलेले आहेत.

आता ऊन तापले होते. निरनिराळ्या लयीत समुद्राची प्रचंड खळबळ चालू होती – तीन समुद्रांची. त्यांच्या काळ्या अंगावर पांढऱ्याशुभ्र सुरकुत्या, पुढे पुढे झेपावत होत्या आणि आणि मधेच कुठेतरी फुटत होत्या, विटत होत्या. कासवाच्या पाठीसारखा, खवल्यांच्या अंगाचा विवेकानंद खडक स्थिर होता - इतका स्थिर की त्यामुळं समुद्र मात्र फार अस्वस्थ वाटत होता. गांधींच्या समाधीजवळ अनेकरंगी रेती सापडते. तांबडी, काळी, पांढरी. या म्हणे कन्याकुमारीने उधळून दिलेल्या अक्षदा. ती रेती खरोखरच आंबेमोहोर तांदळासारखी दिसत होती. लहान मुलाच्या उत्साहाने ती रेती मी एका रुमालात गोळा केली आणि डाकबंगल्याकडे वळलो.

खोलीत पाऊल टाकलं आणि – तो त्याच खोलीत होता. कॉटवर पसरून आढ्याकडे टक लावून बघणारा. काय करावं ते क्षणभर सुचलं नाही. पण मग मी संतापानं मागे वळलो. त्याबरोबर तो म्हणाला,

“काही उपयोग व्हायचा नाही. सगळ्या खोल्या भरल्या आहेत.”

अभावितपणे मी थांबलो. तो अजूनही आढ्याकडे पाहात होता. मनात विचार आला, अगदीच अनोळखी माणसाबरोबर राहाण्यापेक्षा हा बरा. मग चेहऱ्यावर ओढूनताणून आनंद आणला, आवाजात उत्साह भरला आणि त्याच्याकडे एकदोन पावलं सरकत म्हटलं, “हॅलो, हाऊ ग्लॅड टु...” पण त्याच्या डोळ्यांकडे बघताच वाक्य पूर्ण करण्याचा धीर मला झाला नाही. मुकाट्यानं मी दाढी उरकली, गरम पाण्यानं आंघोळ केली आणि कडकडून भूक लागलेली असल्यानं लगेच डायनिंग हॉलकडे वळलो. तोपर्यंत तोही तयार झाला होता. म्हणून शिष्टाचारादाखल मी त्याला म्हटलं, “काय येता ना जेवायला?”

गप्पा मारत जेवायच्या मूडमध्ये मी नव्हतो. पण टेबलाशी बसता-बसताच तो म्हणाला,

“येताना काय वाटत होतं सांगू?”

“काय?” त्याला शक्यतो उत्तेजन द्यायचं नाही असं ठरवून मी विचारलं.

“प्रत्येक क्षणाला वाटायचं, पुढचं वळण संपलं की कन्याकुमारी. एकदम रस्ता संपेल आणि आपण जमिनीच्या टोकावर उभे राहू आणि जग संपेल. उरेल फक्त जमीन आणि समुद्र यांच्या मधली सीमारेषा – न ओलांडता येणारी. ती ओलांडली की सगळे पाठलाग संपतात. लागेबांधे तुटतात आणि मातीची मूर्ती पाण्यात विरघळावी तसं अस्तित्व संपतं. विनासायास. चुटकीसारखं.”

त्याच्या बोलण्याकडं माझं फारसं लक्ष नव्हतं. कान मिटता येत नाहीत म्हणून मी ते ऐकत होतो. पण आता त्याच्याकडे बघताना रात्री जाणवलेल्या त्याच्यातील दुभंगलेल्या व्यक्तीची आठवण झाली. त्याचा चेहरा लहान मुलासारखा दिसत होता. फुगीर गाल, पसरट नाक, लहान पिंगट डोळे आणि बारीक कापलेले केस. बोलताना तो मुद्दाम हसल्यासारखा पोकळ हसला आणि त्याच्या गालाला खळी पडली. त्यामुळं तिशीच्या जवळपास असूनही तो जगाचा अनुभव नसलेला, चौकस, खट्याळ मुलगा वाटत होता. पण त्याचा घोगरा आवाज, निराश, कडवट सूर आणि तो चेहरा यांत मेळ बसत नव्हता. काहीतरी बोलायचं म्हणून त्याला मी हे सांगितलं. त्यावर मनाप्रमाणंच मोठ्यानं हसून तो म्हणाला,

“माझा चेहरा लहान मुलाचा आणि मेंदू म्हाताऱ्याचा आहे. लहानपणी खेळायचं, बागडायचं; त्या वेळी मी विचार करायला लागलो – म्हातारा झालो...”

तो थांबला पण पुढे काहीतरी बोलायचे त्याच्या मनात होतं, जिभेवर आलेले

शब्द त्यानं अडवले, असं मला वाटलं.

जेवण झाल्यावर थोडंसं लोळून मी परत बाहेर पडलो. सकाळी समुद्रस्नान करायचं राहिलंच होतं. डाकबंगल्यातल्या एका बेअररला आंघोळीचे कपडे, साबण आणि बादलीभर साधं पाणी घेऊन घाटावर यायला सांगितलं. तो येईपर्यंत मी पाण्यात शिरलोही होतो. पायऱ्यांचा आधार होता, खडकांचा आडोसा होता; तरीही लाटांचा जोर जाणवत होता. एकदम वाटायचं, पाय सुटताहेत. सुटायचेही. पण लाट ओसरली की परत काळा शेवाळला दगड पायाला लागायचा. एकाएकी कसे कुणास ठाऊक त्याचे शब्द आठवले. '...मातीची मूर्ती पाण्यात विरघळावी तसं अस्तित्व संपतं. विनासायास. चुटकीसारखं.' मी स्वत:शीच हसलो विनासायास? चुटकीसारखं? मृत्यू कसाही आला तरी तो इतका सोपा असणं अशक्य. प्रत्यक्ष वस्तुस्थितीचा अनुभव नसल्यानं असलं स्वप्नरंजन चालतं मृत्यूबद्दल.

तापलेले सूर्यकिरण ओल्या अंगावर बरे वाटत होते. खांद्यावर टॉवेल टाकून मी कठड्यावर येऊन बसलो आणि तो मला दिसला. त्याचेही अंग ओले दिसत होते. पण तो केव्हा आला ते मला कळलेही नव्हते. मला गंमत वाटली. त्याचे शब्द आठवून मी त्याला हसत होतो आणि तो माझ्या बाजूलाच कुठंतरी होता. मला नकळत.

त्याच्या चेहऱ्यावरचे पाण्याचे थेंब सूर्य-प्रकाशात चमकत होते. त्यामुळे त्याचा चेहरा काहीसा सुजल्यासारखा वाटत होता. त्याच्यावर विलक्षण उत्कट आणि गंभीर भाव दिसत होते. तिन्ही दिशांना खळाळणाऱ्या समुद्राकडे तो पापणीही न हलवता पाहात होता. त्याच्या मनात कसलं वादळ चाललं होतं, कुणास ठाऊक. एकदम माझ्याकडे वळून तो म्हणाला,

''त्या दूरच्या पांढऱ्याशुभ्र लाटा पाहून मला सरितेच्या निळ्या साडीच्या रूंद चमकत्या काठाची आठवण येत्येय.''

तो कुणाबद्दल बोलतोय ते मला कळलं नाही. त्यानं सांगितलेलं नाव खरं नसावं, असं मला क्षणभर वाटलं. खरं आणि खोटं, प्रत्यक्ष आणि कल्पित यांचं काही और मिश्रण तो करीत असावा. पण त्याला काही विचारण्याचा धीर झाला नाही. स्वत:शी बोलल्याप्रमाणं तो पुटपुटला,

''सरिताशी लग्न व्हायचंय माझं. या समुद्राला कितीतरी नद्या मिळाल्या असतील. सगळ्या खाऱ्या झाल्या. काळ्यानिळ्या. सरिता...''

मान हलवून आपलंच म्हणणं त्यानं खोडून काढल्यासारखं केलं आणि ओल्याच अंगावर कपडे चढवून तो डाकबंगल्याकडे वळला.

आता माझी उत्सुकता चांगलीच चाळवली गेली होती. त्याला काहीतरी टोचत होतं. खुपत होतं हे नक्की. पण ते काय हे नीटसं कळत नव्हतं. त्याला सरळ विचारून त्यानं सांगितलं असतं की नाही, याची शंका होती. कदाचित ते तो स्वत:पासूनही लपवून ठेवत असावा. एकच उपाय होता – त्याला बोलतं करणं, सारखं बोलत ठेवणं.

म्हणूनच संध्याकाळी सूर्यास्त बघायला त्याला जवळ जवळ खेचूनच बाहेर काढलं. शक्य तितक्या आतल्या खडकावर जाऊन बसलो. लाटा खडकावर आपटत होत्या. फुटत होत्या आणि त्यांचे तुषार आमच्या अंगावर उडत होते. सगळ्या खडकांवर, किनाऱ्यावर, गांधीजींच्या समाधीवर, डाकबंगल्यासमोरच्या धक्कावजा घाटावर सगळीकडे माणसांचे थबे बसले होते, उभे होते. कॅमेरे सरसावले जात होते. खारे दाणे, वडे इ. विकले जात होते. पण सगळ्यांच्या नजरा क्षितिजाकडे झुकणाऱ्या सूर्याकडे होत्या. ग्रामोफोनच्या रेकॉर्डप्रमाणे सूर्याची तबकडी गरगरत गोल फिरत होती. ती कधी निळी दिसायची, तर कधी पिवळी. कधी हिरवी, तर कधी तांबडी. क्षितिजावर पांढऱ्या ढगांचे पुंजके तरंगत होते आणि सूर्यास्त नीट पाहायला मिळणार की नाही, याची सर्वत्र चर्चा चालू होती.

तो बराच शांत झाल्यासारखा दिसत होता. त्याला डिवचण्यासाठी मी म्हटलं, "लोक का करतात इतकं कौतुक इथल्या सूर्यास्ताचं, कुणास ठाऊक. मुंबईलाही चौपाटीवरनं असाच दिसतो सूर्य बुडताना."

माहिती देण्याच्या संथ सुरात तो म्हणाला,

"जगातलं असं हे एक स्थळ आहे म्हणे – एकाच ठिकाणाहून एकाच समुद्रात सूर्य बुडताना आणि उगवताना दिसायचं. प्रेमाचंही असंच आहे नाही? वासनांच्या समुद्रातून ते उगवतं, आणि त्यातच बुडतंही.'

मी काहीशा प्रयासानं माझं हसू दाबलं. प्रेमाचा सूर्य! वासनांचा समुद्र! असल्या शब्दातून आणि भावुकतेमधून बाहेर पडून मला बरीच वर्षे लोटली होती. प्रेम आणि वासना, ही दोन टोकं आहेत असं मानण्याइतका मी कच्चा राहिलो नव्हतो.

पण डाक बंगल्यावर परतल्यानंतरही त्याचे शब्द विसरता येईनात. जितका अधिक विचार करावा तितकं गूढ त्यात दिसायला लागलं. तो जे म्हणत होता, ते अनेक वेळा म्हटलं गेलं होतं, हे खरं. पण त्याला नक्कीच काहीतरी म्हणायचं होतं, काहीतरी नक्कीच सांगायचं होतं. त्याला शब्द सापडत नसतील, किंवा जे सांगायचंय ते बोलून दाखवायचा धीर होत नसेल. पण त्याचं बोलणं, त्याचं वागणं, तो स्वत: या साऱ्यांतून काहीतरी वेगळं विचित्र जाणवत होतं, लक्ष खिळवून ठेवत होतं.

माझी उत्सुकता मला स्वस्थ बसू देईना. जेवण होताच बॅगेतली व्हिस्की काढली, बेअररला सोडा आणि बर्फ आणायला फर्मावलं आणि त्याला एक सिगारेट देत टिपॉयवर ग्लासेस ठेवले. व्हिस्की बघताच त्याचे डोळे चमकले. पण त्याला प्यायची सवय नव्हती, माहिती नव्हती, हे उघड दिसत होतं. पहिला ग्लास संपवताना सरबत प्यायल्याप्रमाणे तो घाई करीत होता आणि माझ्याकडे बघत मी जे जे करीन ते ते करीत होता. दोन पेग पोटात जाताच तो आता भारल्यासारखा सिगारेट ओढू लागला, त्याची नजर किंचित अस्थिर झाली आणि मोठ्या हेलकावत्या आवाजात तो मलाच विचारू लागला,

"कन्याकुमारी, विवेकानंद, आणि गांधी यांचं नातं काय? काय? ते तिघं इथं एकत्र कसे आले? अं? कसे आले?"

मी काहीच बोललो नाही. व्हिस्कीची जाग शरीराच्या कणाकणांत पसरत होती. प्रत्येक कण सुटा होऊ पाहत होता, सिगारेटची चव गेली होती. तरीही मी धूर छातीत भरत राहिलो. धुराच्या पडद्यांतून माझ्याकडं झुकून तोच पुढं म्हणाला,

"इथं एकत्र येणाऱ्या समुद्राप्रमाणे त्या तिघांचं एकत्रित येणं हा निव्वळ योगायोग. पण किती अर्थपूर्ण! कन्याकुमारी कुमारीच राहिली. ती मुग्ध कळी कधी फुललीच नाही. लग्न म्हणजे काय हेही न समजण्याच्या वयातली ती पोरगी – हातातल्या हाराशी खेळत राहिली असेल. विवेकानंदांना मात्र शरीराची धग जाणवली होती. पण त्यांनी तिकडं पाठ फिरवली, विवेकातच आनंद शोधला आणि गांधीजी त्या आगीशी खेळले, प्रयोग करीत राहिले, शोधत राहिले. हे तीन बिंदू – त्यांची आकृती पूर्ण झाली? की ते आणखी एखाद्या बिंदूची वाट बघताहेत?"

तो बोलत होता. पण अजून मुद्द्याशी येत नव्हता. पण घाई करण्यात अर्थ नव्हता. व्हिस्की घेऊन असं काही ऐकण्यात गंमत वाटत होती. वर वर जात असल्यासारखं वाटत होतं. सहज बोलून गेल्यासारखं मी म्हटलं, "सरिता..."

"सरिता – सरिता म्हणजे माझी – माझी – माझ्यावर फार प्रेम आहे तिचं. पण तिच्याशी लग्न कसं करू मी, तुम्हीच सांगा. या माझ्या पेटलेल्या प्रेताशी तिला कशाला बांधू? ती शुद्ध आहे, पवित्र आहे. माझ्या काळ्यानिळ्या प्रवाहात मिसळली की ती धडपडेल, धडपडेल आणि तिची इवलीशी ताकद संपली की ती रसातळाला जाईल. वर उरेल फक्त – फेस."

तो बोलत होता ते खोटं वाटत होतं, भावुक वाटत होतं – पण आकर्षकही. कुठल्या तरी आठवणी जाग्या होत होत्या, गर्दी करत होत्या डोक्यात. असं वाटत होतं, की आपल्यालाही असंच काहीतरी म्हणायचंय. या शब्दांत नव्हे, पण असंच काहीतरी. पण काय ते कळत नव्हतं. गप्प बसून त्याची मूर्ख बडबड ऐकणंही कठीण होत होतं. मग मी प्रश्न विचारायला सुरुवात केली – एकामागून एक.

झपाटलेल्या झाडाला मांत्रिक विचारतो तसे आणि तो बोलत राहिला, उत्तरं देत राहिला. नाइलाज झाल्यासारखा आणि मनाच्या तळात कुठंतरी दडपून ठेवलेलं माझ्या तोंडावर फेकत राहिला.

"ही सरिता तरी शुद्ध, पवित्र कशावरून?"

"यू – ब्लडी. बोलू नकोस तू तिच्याबद्दल."

"पण कशावरून?"

"आहे. मला माहीत आहे."

"तू असा का बोलतोयस?"

"असा म्हणजे कसा?"

"एखाद्या अपराधी माणसासारखा, आपल्या पापापासून पळून जायचं असूनही परत परत घोटाळल्यासारखा."

"शरीरानं दूर झालो तरी मनातनं जात नाही. विसरता येत नाही."

"काय? काय केलंयस तू – खून, चोरी, वेश्या – काय?"

"त्यापेक्षाही भयंकर. क्रूर. कधीही दुरुस्त न होणारं. कोवळ्या कोवळ्या पोरी कुरवाळल्या. पोरंही. त्यांना शिकवलं, शरीर म्हणजे काय ते. कुतूहलाचा काटा खुपसून घेऊन त्या थरारल्या अंगानं जवळ येत – त्यांची सायीसारखी मऊ अंगं, निष्पाप भोळे डोळे –"

एकदम त्याचा चेहरा निश्चयी दिसू लागला. काहीतरी आठवत असावा तो. क्षणभर त्यानं ओठ घट्ट दाबून धरले, नवीन सिगारेट पेटवली आणि एक खोल श्वास घेऊन तो म्हणाला,

"माझं कौमार्य लहानपणीच लुटलं गेलं. आठ-दहा वर्षांचा होतो मी. एका रात्री मी झोपेत आहे, असं समजून बहिणीनंच पहिला धडा दिला. तेव्हाच खात्री झाली - जगात खरं नातं एकच. पुरुष आणि स्त्री. बाकी सगळी ढोंगं. हे कळूनच कार्तिकेय स्वामी ब्रह्मचारी राहिला – त्याचा बापच त्याचा आजोबा होता."

त्या शब्दांची मला खात्री वाटत नव्हती. मनात येत होतं, हा सारा व्हिस्कीच्या किक्चा परिणाम. किंवा स्वप्न. भयानक, भेसूर स्वप्न.

दुसरे दिवशी मी जागा झालो तेव्हा मी माझ्याच खोलीत होतो आणि त्याचा कुठेही मागमूस नव्हता.

◆

(नवयुग, दिवाळी १९६५)

दूर कुठे राऊळात

इतरांच्या बरोबर दरवाज्यापर्यंत रमेश गेला नव्हता. जिन्याकडे टक लावून तो हॉलच्या अंधाऱ्या भागात उभा होता. जिन्याच्या वरच्या पायरीवर ती उभी होती – अंधारातच. त्याला तिचा चेहरा दिसत नव्हता. तिचे निळे पातळ अंधारामुळे काळे दिसत होते. त्याची बायकोच होती ती – ज्योत्स्ना. कठड्यावर रेलून ती काहीतरी ऐकत होती. रमेशला तिच्या स्तब्धतेचे नवल वाटले. डोळे मिटून त्यानेही ऐकण्याचा प्रयत्न केला. पण दरवाज्यातील हशा व गप्पा यांखेरीज त्याला ऐकू आला फक्त पेटीचा मंद सूर आणि कुठल्या तरी गीताचा अस्पष्ट शब्द.

सुरांनी दरवळलेल्या अंधाऱ्या वातावरणात स्तब्ध उभा राहून तो त्या गीताचे शब्द आठवीत आपल्या बायकोकडे टक लावून पाहत होता. तिच्या उभे राहण्यात सहजता होती. तशीच गूढताही. जणू काही, ती कशाची तरी प्रतीक होती. त्याने स्वत:लाच विचारले, 'जिन्यावरील अंधारात उभे राहून दुरून येणाऱ्या सुरांत न्हाणारी स्त्री कसलं प्रतीक असेल बरं?' तिने डोक्यावरून घेतलेला निळा पदर तिच्या काळ्याभोर केशसंभारात विरघळून गेला होता. तो चित्रकार असता तर त्याने तिचे त्याच भाववृत्तीतील चित्र काढले असते आणि त्याच्याखाली लिहिले असते, 'गानसमाधी' किंवा 'स्मृतिसंगीत.'

बाहेरचा दरवाजा बंद झाला आणि मंडळी आत आली.
''काय करतो आहेस रे?'' कुणीतरी विचारले.
रमेशने उत्तरादाखल जिन्यात एकाग्र चित्ताने उभ्या असलेल्या ज्योत्स्नाकडे बोट दाखवले. बंद दरवाजा व थांबलेले आवाज यामुळे पेटीचा सूर आणि गीताचे शब्द

स्पष्टतर ऐकू येत होते. अंतर आणि अंधार यांमुळे सुरांतले कारुण्य वाढले होते.

दूर कुठे राऊळात दरवळतो पूरिया,

सांजसमयि दुखवितात सूर अंतरास या

असह्य एकलेपणा, आस आसवी मिळे,

काय अंतरात ते अजुन ना कुणा कळे,

झाकळून जाय गाव, ये तमास पूर या.

गाणे अर्ध्यातच थांबले. ज्योत्स्नाला ती जाणीव झाली की नाही, हे रमेशला कळेना. निळसर ट्यूबलाइटमध्ये तिचे काळे केस चमकत होते. न्हाल्यावर ती ते मोकळे सोडायची तेव्हा रमेशने त्यांचे वैपुल्य पाहिले होते. पण आत्ता परावर्तित होणारी चमक आणि मृदुता त्याने कधीच अनुभवली नव्हती.

गाणे संपले तरी ती सुरातच न्हात होती. अखेर ती वळली आणि तिच्या गालांवरील टवटवी आणि डोळ्यांतील चमक रमेशच्या नजरेत भरली. अकस्मात् आनंदाची एक गत त्याच्या रक्तांत झंकारली.

ती दोघे घरी जायला निघाली, तेव्हा उजाडले नव्हते. निळे मर्क्युरी लॅम्प्स अजूनही जळत होते. घरांवर आणि नदीच्या पाण्यावर अंधार रेंगाळत होता. गारठा नाकातोंडावाटे शरीरात शिरत होता. त्या धूसर वातावरणात नदीपलीकडे पसरलेली टेकडी अजस्र रूप धारण करून भिववीत होती.

ती त्याच्यापुढेच दोन पावले चालत होती. तिची नजर कुठे होती, हे सांगणे अशक्य होते. तिच्या स्तब्धतेचा भंग करणे रमेशला शक्य वाटेना. तिचे गाल किंवा केस आता चमकत नव्हते. पण तरीही त्याचे डोळे आनंदाने फुलले होते. त्याच्या नसांतून रक्त वेगाने धावत होते आणि विविध विचारांचा त्याच्या मस्तकात कल्लोळ चालला होता. अभिमान, आनंद, मार्दव, धाडस यांचे मिश्रण त्याच्या मेंदूतून नसांत, रक्ताच्या थेंबाथेंबात वाहत होते.

ती त्याच्यापुढे चालत होती. तिची पावले इतकी हलकी पडत होती आणि काया इतकी ताठ होती की त्याला कसली तरी हुरहूर लागली. त्याला वाटले, की आवाज न करता तिच्या मागून धावत जावे, तिचे खांदे घट्ट धरावे आणि तिच्या कानात काहीतरी मूर्ख नि प्रेमळ बडबडावे. त्या वेळी ती त्याला इतकी नाजूक दिसली की तिचे कशापासून तरी संरक्षण करावे आणि मग तिच्याबरोबर एकटे असावे, असे त्याला सारखे वाटू लागले. निळ्या आकाशात सगळे तारे एकदम लुकलुकू लागावेत त्याप्रमाणे त्यांच्या एकांतातील क्षण त्याच्याभोवती गर्दी करू लागले – तिरक्या रेखीव अक्षरांत पत्ता लिहिलेले एक निळे पाकीट त्याच्या हातांत होते व तो ते कुरवाळत होता – पक्ष्यांचा किलबिलाट आणि जंगलाची सळसळ

ऐकताना गर्द गार सावलीत त्याचे डोळे जडावत होते – तो गाडीत बसला होता आणि तिचा रेशमी हात त्याच्या हातात होता – तिच्या कमरेभोवती हात टाकून तो उभा होता आणि पावसाच्या थेंबांच्या जाळीतून न्हालेली, टवटवीत सृष्टी न्याहाळीत होता.

रस्त्याच्या कडेला काहीजण शेकोटी पेटवून शेकत होते. तिच्या जवळून जाताना सूक्ष्म आनंदाच्या कितीतरी लाटा त्याच्या हृदयातून बाहेर पडल्या आणि गारठलेल्या शरीरातून उष्णतेचा प्रवाह खेळवीत दौडू लागल्या. पिसासारख्या मऊ मर्क्युरी लाइटप्रमाणे त्यांच्या सहवासाच्या स्मृती त्याच्या शरीरावर शहारे आणू लागल्या. तिच्याजवळ त्या स्मृती शब्दरूप कराव्या, रोजचे कंटाळवाणे जीवन तिला विसरायला लावावे, फक्त पर्युत्सुक क्षणांचीच तिला याद असावी, असे त्याला वाटले. त्याला वाटले, कित्येक वर्षे आपले आत्मे तहानलेले आहेत. त्याचे लिखाण, तिचा टापटिपीचा संसार यापैकी कशानेही त्याच्या अंतरंगातील आग विझली नव्हती. तिला लिहिलेल्या एका पत्रात त्याने लिहिले होते, ''हे शब्द असे रंगहीन आणि मृत वाटतात, याचं कारण काय? तुझं नाव होऊ शकेल असं माधुर्य कुठल्याच शब्दात नसल्यामुळे असं होतं काय?''

दुरून येणाऱ्या संगीताप्रमाणे त्यानेच लिहिलेले हे शब्द भूतकाळातून त्याच्या कानावर येत होते. त्याला वाटले, थोड्या वेळाने रस्ता संपेल, आपण दोघेच खोलीत असू, आपण तिला अगदी मृदू आवाजात हाक मारू,

''...ज्योत्स्ना.''

कदाचित तिला ती हाक लगेच ऐकू जाणार नाही. ती साडी बदलीत असेल. मग आपल्या आवाजातील आर्तता, कंप... काहीतरी तिला जाणवेल. ती मागे वळेल व आपल्याकडे बघून सगळे समजल्याचे मंद स्मित करील.

पुढच्याच कोपऱ्यावर त्यांना टांगा मिळाला. त्याच्या खडखडाटाने त्याला बरे वाटले. त्यामुळे काहीतरी विषय काढून बोलण्याचा प्रसंग टळणार होता. ती विझलेल्या दुकानांकडे पाहत होती. भयंकर थकल्यासारखी दिसत होती. घोडा हळूहळू धावत होता, टांग्याचे ओझे खडखडाट करीत ओढीत होता. ज्योत्स्ना त्याच्याबरोबर प्रवास करीत होती – टॅक्सीतून रेल्वेस्टेशनवर येत होती – रेल्वेने त्याच्याबरोबर मधुचंद्रासाठी येत होती –

घरासमोर टांगा थांबताच त्याने खाली उडी मारली व तिला उतरवून घेण्यासाठी हात पुढे केला. क्षणभर तिने त्याचा हात हळुवारपणाने धरून ठेवला. घरात शिरेपर्यंत त्याच्या बाहूवर तिने आपले मस्तक हलकेपणाने विसावले होते. अभिमान आणि आनंद यामुळे त्याची पावले नाटकातल्या नायकासारखी पडत होती. तिच्या

सौंदर्याचा अभिमान आणि ती त्याची होती, याबद्दलचा आनंद. पण आत्ता इतक्या आठवणी जागृत झाल्यावर तिच्या पहिल्या, अनोळखी, सुस्वर आणि सुगंधी स्पर्शाच्या आठवणीने त्याच्या अंगावर आसक्तीचा शहारा फुलवला. तिच्या स्तब्धतेच्या आवरणाखाली त्याने तिची बोटे घट्ट दाबली आणि तिचा हात आपल्या अंगाशी जखडून ठेवला. घराच्या दाराशी त्या स्थितीत उभे असताना त्याला वाटले, की आपण जीवन आणि कर्तव्य, घर आणि मित्र इत्यादी सर्व बंधनांतून निसटलो आहोत आणि प्रकाशाने न्हालेल्या अवखळ हृदयांनी एखाद्या दूरच्या प्रवासाला निघालो आहोत.

पिवळट प्रकाशाचा एक लांबच लांब पट्टा खिडकीतून दारापर्यंत पसरला असल्याचे दार उघडताच त्याला दिसले. त्याने आपला कोट कोचावर फेकला आणि तो खिडकीत जाऊन उभा राहिला. आपल्या अधिऱ्या भावनेला लगाम घालता यावा, म्हणून रस्त्यावर एकटक बघत राहिला. नंतर तो मागे वळला आणि प्रकाशाच्या त्या पट्ट्याकडे पाठ करून उभा राहिला. ती आरशासमोर उभी राहून ब्लाउझचा हूक काढीत होती. तिला निरखीत रमेश क्षणभर थांबला आणि मग त्याने तिला साद दिली,

"ज्योत्स्ना."

आरशापासून ती हळूच बाजूला आणि प्रकाशाच्या त्या पट्ट्याच्या समांतर रेषेत त्याच्याकडे येऊ लागली. तिचा चेहरा इतका गंभीर आणि थकलेला दिसत होता की पुढचे शब्द रमेशच्या ओठांतून उमटलेच नाहीत. नाही, तो क्षण अजून आला नव्हता.

"दमलीस ना खूप?"

"थोडीशी."

"अशक्तपणा किंवा फीव्हरिश् नाही ना वाटत?"

"नाही, नाही, थोडी दमले आहे, एवढंच."

ती खिडकीजवळ गेली आणि बाहेर बघत स्तब्ध उभी राहिली. रमेश थोडा वेळ थांबला. पण पराभूत मनोवृत्ती आपला ताबा घेईल, या भीतीने तो एकदम म्हणाला,

"ज्योत्स्ना."

"काय?"

अनिश्चिततेने तो थरथरत होता. ती इतकी भावाकुल का दिसत होती? कशी सुरुवात करावी तेच त्याला कळेना. तिलाही अनिश्चितता वाटत होती? ती आपणहून जवळ आली किंवा आपल्याकडे नुसती वळली – ती इतकी गंभीर आणि भावाकुल असताना तिला मिठीत पकडणे म्हणजे रानटीपणा झाला असता. तिच्याही डोळ्यात अपेक्षा दिसली पाहिजे. तिच्या मनात काय चालले आहे, हे

कळून घेण्यासाठी तो अधीर झाला.

मग ती पूर्वीच्याच हळुवारपणाने त्याच्यासमोर येऊन उभी राहिली. अकल्पितपणे तिने आपल्या टाचा उचलल्या. त्याच्या खांद्यांवर हलकेच हात ठेवले आणि त्याचे चुंबन घेतले.

''तू फार फार चांगला आहेस, रमेश.'' ती म्हणाली.

तिच्या त्या वाक्याने आणि चुंबन घेण्याने रमेश आनंदाने शहारला. आपले कापणारे तळहात त्याने तिच्या केसावर टेकवले आणि बोटांचा स्पर्श होऊ न देता तो त्यावरून हात फिरवू लागला. वरचेवर न्हाल्यामुळे ते मऊ व चमकदार झाले होते. आनंदाने त्याचे हृदय ओसंडत होते. त्याला इच्छा झाली होती, अगदी त्याच क्षणाला आपणहून ती त्याच्या जवळ आली होती. कदाचित त्याच्या मनातील विचारच तिच्याही मनात आला असावा आणि म्हणून शरणार्थी होऊन ती पुढे झाली असावी. इतक्या सहजपणाने ती शरण आल्यामुळे त्याला आपल्या पराभूत मनोवृत्तीचे आश्चर्य वाटले.

तिचे मस्तक त्याने आपल्या दोन्ही हातात धरले, एक हात हळूच तिच्या पाठीवर ठेवला, तिला जवळ ओढले आणि तो कुजबुजला,

''कसला विचार करते आहेस इतक्या गंभीरपणाने?''

तिने उत्तर दिले नाही. तो पुन्हा हळूच म्हणाला,

''सांग ना काय झालंय ते. का मीच ओळखू तुझ्या मनातलं? मला ओळखता येण्यासारखं आहे ना?''

तिने चटकन उत्तर दिले नाही. मग एकदम हुंदके देत ती म्हणाली,

''मी... मी त्या गाण्याबद्दल विचार करीत होते – दूर कुठे राऊळात...''

त्याच्या कवेतून आपली सुटका करून घेऊन ती पलंगाकडे धावली. पलंगाच्या बाजूला घट्ट धरीत तिने आपला चेहरा लपवला आणि ती मुसमुसू लागली. क्षणभर चकित होऊन रमेश जागच्या जागी थबकला आणि तिच्या पाठोपाठ पलंगाकडे गेला. जाताजाता आरशांत पडलेल्या आपल्या प्रतिबिंबाकडे त्याचे लक्ष गेले. अरुंद कपाळ, बारीक डोळे, चष्मा – नेहमीप्रमाणे त्याला स्वतःचेच आश्चर्य वाटले.

''त्या गाण्याचे काय? रडू यायला काय झालं त्यामुळं?''

आपला चेहरा उचलून एखाद्या लहान मुलाप्रमाणे तिने उलट्या पंजाने डोळे कोरडे केले. इच्छेपेक्षा अधिकच मृदू स्वरात तो म्हणाला,

''काय, काय झालं ज्योत्स्ना?''

''पुष्कळ वर्षांपूर्वी ते गाणं म्हणणाऱ्या एकाची आठवण झाली मला.''

''कोण होता हेच गाणं म्हणणारा तो 'एक'?''

''माझा मित्र होता तो.''

रमेशच्या चेहऱ्यावरचे हसू मावळले. काहीशा कुढ्या रागाने त्याची जागा घेतली. त्याची इच्छा-वासना रक्त तापवीत नसांतून दौडू लागली.

“मित्र की प्रियकर?” त्याने उपरोधाने विचारले.

“त्याच्याशी माझी ओळख होती एवढंच. अविनाश – अविनाश होतं त्याचं नाव. तो हेच गाणं म्हणत असे. फार नाजूक होता तो.”

रमेश गप्प होता. या नाजूक मुलाबद्दल आपल्याला वाटणारे कुतूहल तिला कळू नये, असे त्याला वाटत होते.

“अजून स्पष्ट दिसतोय तो मला.” क्षणभराने ती म्हणाली, “इतके मोठे आणि काळेभोर होते त्याचे डोळे आणि इतके भावार्त... इतके एक्सप्रेसिव्ह...”

“हं, म्हणजे त्याच्यावर तुझं प्रेम होतं तर?” रमेश म्हणाला.

“मी आजोळी होते तेव्हा त्याच्याबरोबर फिरायला जात असे मी.”

“म्हणूनच या सुट्टीत तू तिकडं जायचं म्हणत होतीस तर!” रमेश थंडपणे उद्‌गारला.

“कशाला?”

तिच्या डोळ्यांना डोळे भिडवणे रमेशला जमेना. खांदे उडवीत तो म्हणाला,

“मला काय माहीत? त्याला भेटायला असेल कदाचित.”

स्तब्धपणे तिने खिडकीतून येणाऱ्या पिवळ्या प्रकाशाच्या पट्ट्याकडे बघितले.

“तो वारला.” अखेर ती म्हणाली, “फक्त सतरा वर्षांचा असताना तो वारला. भयंकरच नाही इतक्या तरुणपणी मरणं?”

“कोण होता तो?” रमेशच्या स्वरात अजूनही उपरोध होता.

“त्या वेळी कॉलेजच्या पहिल्या वर्षाला होता तो.” ती उत्तरली.

आपला उपरोध अयशस्वी झाल्याने आणि मृत्यूच्या साम्राज्यातून एकाएकी प्रगट झालेल्या कॉलेजच्या पहिल्या वर्षातील या आकृतीमुळे रमेशला आपला पराभव झाल्यासारखे वाटले. तो आपल्या एकांतातील स्मृती मनात चाळवीत होता आनंद, इच्छा, मार्दव यांनी अधीर झाला होता, तेव्हा ती त्याची दुसऱ्या ‘कुणाशी’ तरी तुलना करीत होती. स्वतःच्या अवस्थेची त्याला लाज वाटली. आपली विदुषकी, नातेवाइकांच्या तालावर नाचणारी, नर्व्हस, भावनाप्रधान, स्वतःच्या आचरट वासनांना उदात्त मानणारी, बारक्या डोक्याची आणि अरुंद कपाळाची, चष्मेवाली, आरशात दिसलेली दयनीय आकृती त्याच्या डोळ्यासमोर वेडीवाकडी नाचू लागली. लाजेने काळवंडलेला आपला चेहरा तिला दिसू नये म्हणून त्याने प्रकाशाकडे आणखीनच पाठ फिरवली.

पूर्वीचा प्रश्न विचारतानाचा थंड आवाज कायम ठेवण्याचा त्याने प्रयत्न केला. पण तो बोलला तेव्हा त्याचा आवाज साफ पडला होता.

"मला वाटतं, या सतरा वर्षांच्या अविनाशच्या तू प्रेमात पडली होतीस."

"त्याच्याबरोबर भटकताना मला अभिमान वाटायचा त्या वेळी."

तिचा आवाज घुसमटलेला आणि दु:खी होता. आपली इच्छा पूर्ण होणे अशक्य आहे हे जाणून रमेशने तिचा हात हातात घेतला. तो कुरवाळीत त्याने विचारले,

"कशामुळं वारला तो इतक्या तरुणपणी?"

"मला वाटतं, माझ्यामुळंच."

उत्तरासरशी कुठल्या तरी अनामिक भीतीने रमेशला घेरले. जणू काही विजय मिळविण्याच्या खटपटीत तो ज्या वेळी होता, त्याच वेळी कोणीतरी त्याचा सूड घेण्यासाठी भुताखेतांच्या मदतीने त्याच्यावर चाल करीत होते. पण विचारपूर्वक भीतीवर ताबा मिळवीत तो तिचा हात कुरवाळीत राहिला.

त्याने तिला पुन्हा प्रश्न विचारला नाही. ती आपणहूनच सर्व सांगेल, अशी खातरी होती त्याची. तिचा हात उबदार आणि ओलसर होता. ती त्याला उत्तेजन देत नव्हती. पण तरीही तिचे पहिले पत्र जसे त्याने कुरवाळले होते, त्याप्रमाणे तो तिचा हात कुरवाळीत राहिला.

"उन्हाळ्याच्या सुट्टीसाठी मी तिकडे गेले होते," ती म्हणाली, "सुट्टी संपताच मी घरी जाणार होते. त्याच वेळी तो आजारी पडला. त्याला कुणी बाहेर सोडीना. ताप येतोय, एवढंच घरचे लोक म्हणायचे. पण त्याला नक्की काय झालं होतं ते मला कधीच कळलं नाही."

क्षणभर थांबून तिने एक उसासा सोडला.

"गरीब बिचारा," पुन्हा सुरुवात करीत ती म्हणाली, "त्याला मी फार आवडत असे. आम्ही दोघं फिरायला जात होतो दूरवर. तो गाणं शिकायचा. इतका गोड होता त्याचा आवाज."

"मग?"

"मी निघायच्या वेळी त्याचं जास्तच होतं. मलाही सोडलं नाही कुणी त्याला भेटायला. म्हणून मी त्याला पत्र लिहिलं की आपण पुढल्या सुट्टीत परत भेटू त्या वेळी तू बरा झालेला असशील. आपण खूपखूप हिंडू मग."

हुंदके दाबता यावेत म्हणून ती थोडा वेळ थांबली.

"निघायच्या आदल्या दिवशी रात्री मी बॅग भरत होते. तेवढ्यात खिडकीवर कुणीतरी मातीचं ढेकूळ मारल्याचं मी ऐकलं. बाहेर पाऊस आणि काळोख मी म्हणत होते. त्यामुळं खिडकीतून काही दिसेना, म्हणून मी मागच्या दारानं बाहेर पडले. आणि... कुंपणाशी काकडत थरथरत तो उभा होता."

"तू त्याला परत नाही जायला सांगितलंस?"

"मी सांगत होते सारखी. पावसात असं भिजण्यानं प्रकृति आणखीन बिघडेल, असं बजावलं मी त्याला. पण तो म्हणाला, मला जगायचंच नाही. त्याचे ते पावसात चमकणारे डोळे मला अजून दिसताहेत. कुंपणावरच्या एका झाडाला टेकून उभा होता तो..."

"मग गेला की नाही तो?"

"गेला, आणि आठच दिवसांनी तो गेल्याचं मला कळलं. इतकी रडले... आणि वेड्यासारखी भटकटले मी त्या दिवशी – एकटीच."

हुंदक्यांमुळे तिला पुढे बोलणे अशक्य झाले. उशीत डोके खुपसूनही तिला तो आवेग आवरेना. स्वत:ला नकळत रमेशने तिचा हात एक क्षणभर घट्ट धरून ठेवला. पण तिच्या दु:खाला वाट मिळणे आवश्यक आहे, हे लक्षात येताच त्याने तिचा हात हळूच सोडला आणि खिडकीपाशी जाऊन तो बाहेर पाहू लागला.

झाडांची सळसळ ऐकता ऐकता त्याला गुंगी येऊ लागली. त्याच्या जड झालेल्या डोळ्यांना संधिप्रकाशाने सगळे उजळून निघाल्याचे जाणवत होते – दूरच्या देवळांची शिखरे त्या प्रकाशात चकाकत होती... आणि स्मशानातली जळलेली झाडेही...

◆

(जेम्स जॉइसच्या 'द डेड'च्या आधारे)
(सत्यकथा, सप्टेंबर १९६२)

त्रयस्थ

ज्या देशात सरकारच्या हाती सर्वंकष सत्ता असते, तेथील कलावंतांना नेहमीच एका अरुंद वाटेवरून प्रवास करावा लागतो. लेखनस्वातंत्र्यही जपायचे व आपल्या जिवालाही सांभाळायचे, अशी ही अवघड कसरत असते. केव्हा सरकारची मर्जी खप्पा होईल व कलावंताची रवानगी कोठडीत होईल, हे सांगता येत नाही, त्यामुळे सामाजिक, राजकीय, धार्मिक इत्यादी संभाव्य आरोपांतून वाट काढायची व तरीही आपल्याला हवे तेच कसे लिहायचे, असा हा अवघड यक्षप्रश्न असतो.

अर्थात् जे साहित्याकडे गांभीर्याने बघतात, त्यांच्याच पुढे हे प्रश्न असतात. इतरांना चौकटीत स्वत:ला सामावून घेणे अवघड वाटत नाही. ते एकतर अपेक्षित व सुरक्षित असेच लिखाण करतात किंवा लेखनसंन्यास घेतात; रणांगणातून यशस्वी माघार घेतात. पण माघार न घेणारे व तडजोडही न स्वीकारणारे काय करतात? ते शब्दांना व शब्दरचनांना विलक्षण कार्यप्रवण करतात; अनेकार्थसूचक बनवितात.

अशाच प्रयत्नांच्यापैकी आंद्रेइ सिन्यावूस्की यांची ही कथा. मी वाचलेल्या सिन्यावूस्की यांच्या तीनही कथा – 'द ट्रायल् बिगिन्स', 'दि आयसिकल्' व 'प्खेन्ट्झ्' – 'एन्काउंटर'मध्ये (अनुक्रमे जानेवारी, १९६०; फेब्रुवारी १९६२ व एप्रिल १९६६) प्रसिद्ध झाल्या.

सर्वंकष सत्तेखाली 'रूपक' हाच एक त्यातल्या त्यात सुरक्षित असा लेखनप्रकार ठरतो. कारण त्याचा मुख्यार्थ निरुपद्रवी ठेवता येतो व तरीही अनेक लक्ष्यार्थ व व्यंग्यार्थ सुचवता येतात. उपरोध, उपहास हेही रूपकाद्वारे अधिक धारदार, अधिक प्रभावी होऊ शकतात. प्रस्तुत 'त्रयस्थ' ही कथाही रूपकाचा फार प्रभावी व सूक्ष्म

उपयोग करून घेते असे म्हणण्यास हरकत नाही. या कथेचा निवेदक एका परग्रहावरून आलेला एक वनस्पती – सदृश – विशेषत: निवडुंग-सदृश जीव आहे. अपघाताने तो पृथ्वीवर येतो व येथील जीवनाशी जमवून घेण्याचा प्रयत्न करतो. अनेक वर्षे माणूस म्हणून तो जगतोही मास्कोमध्ये. पण पूर्णत: माणूस होण्यापेक्षा आपल्या मातृभूमीची आठवण काढीत मृत्यूला कवटाळणे तो पसंत करतो.

अर्थात रशियाचे वास्तव चित्रण करण्याच्या निमित्ताने लेखकाला आपली हौस भागवता आली असती. पण लेखकाने कमालीचा संयम पाळला आहे. परग्रहावरील जीव हे निवेदन करतो आहे, याचे भान लेखकाने सतत ठेवले आहे. पण रशियाचे आवश्यक तेवढे यथातथ्य चित्रण करतानाही लेखकाचे रशियाबद्दलचे प्रेम लपत नाही. त्या देशातील फक्त वनस्पतीच त्याला आता जवळच्या वाटतात आणि मातृभूमीचे नाव घेत मरण पत्करणेच त्याला बरे वाटते.

केवळ 'राजकीय रूपक' एवढेच या कथेचे स्वरूप असते तर ती अनुवादित करण्यात विशेष अर्थ नव्हता. निवेदक त्रयस्थ आहे, तो केवळ रशियात नव्हे, तर कुठल्याही मानवसमूहात. आधुनिक कलावंतांना अस्वस्थ करणारी ही परकेपणाची, हरवलेपणाची, त्रयस्थपणाची भावना या कथेत स्फटिकवत प्रतिमारूप धारण करते. अज्ञेय जगातून आलेला हा जीव व मानवी व्यवहारांबद्दलच्या त्याच्या प्रतिक्रिया हा या कथेचा विषय. या परक्या जिवाला मानवाचे सर्वच व्यापार – प्रेम, जनन, जेवण – कुतूहलजनक वाटतात. क्वचित क्रूर, असंबद्ध वाटतात. त्याच्या बाह्य मानवी रूपामुळे तो या मानवी व्यापारात गुंतत जातो. अपरिहार्यपणे मातृभूमी स्मृतीतून निखळू लागते. पण तिची ओढ त्याच्या जीवनेच्छेवरही मात करते.

आज मला तो परत लाँड्रीत दिसला. धुवायला आणलेल्या घाणेरड्या कपड्यांत बुडून गेल्याचं आणि मी तिथं आहे याची दखलही नसल्याचं त्यानं नाटक केलं.

इथले लोक आरोग्यासाठी ज्या चादरी वापरतात त्या प्रथम पुढे आल्या. प्रत्येक चादरीच्या एका बाजूस शिवणीत 'पाय' हा शब्द बारीक अक्षरात काढलेला असतो. आदले दिवशी रात्री पायाच्या टाचा घासून मळलेल्या भागाला ओठांचा स्पर्श होऊ नये म्हणून ही काळजी.

तसेच, हाताने मारलेल्या बुक्क्यांपेक्षा लाथ अधिक अपमानकारक समजली जाते आणि याचे कारण बुक्क्यांपेक्षा लाथ अधिक लागते हेच केवळ नव्हे, ख्रिश्चनधर्म अजूनही जिवंत आहे याची ही कदाचित खूण असावी. शरीराच्या इतर अवयवांपेक्षा पाय अधिक पापी, कारण तो त्यांच्यापेक्षा स्वर्गापासून अधिक दूर असतो. फक्त लैंगिक अवयवच यापेक्षा कमी मानाने वागवले जातात आणि त्यात

काहीतरी गूढ आहे.

त्यानंतर आले उशांचे अभ्रे-मध्यभागी काळे डाग पडलेले. त्यानंतर टॉवेल. उशांच्या अभ्रांच्या अगदी उलट, ते कडेकडेला घाण होतात आणि सर्वांत शेवटी चुरगळलेल्या कपड्यांचा रंगीबेरंगी गठ्ठा.

या वेळी आपला माल त्याने इतक्या वेगाने आत लोटायला सुरुवात केली की मला नीट बघता आले नाही. एकतर त्याला एखादं रहस्य फुटायची भीती वाटत असावी किंवा, तंगड्यांशी प्रत्यक्ष संबंधित असलेल्या गोष्टीचे प्रदर्शन करण्यास माणसांना नेहमीच लाज वाटते, तशी त्यालाही वाटत असावी.

पण, इतके दिवस कपडे न धुता त्यानं वापरावेत हे संशय निर्माण करणारं होतं. सर्वसाधारणपणे कुबड असलेले लोक स्वच्छ असतात. आपल्या कपड्यांमुळे आपण अधिकच किळसवाणे दिसू अशी त्यांना भीती वाटते. पण, आश्चर्य असे की, हा इतका गबाळा व घाणेरडा होता की तो कुबडा नसावाच.

कपडे मोजून घेणाऱ्या बाईने सगळे पाहिले होते. जगातील सर्वांत मौल्यवान द्रवाचे डाग तिच्या नित्याच्या ओळखीचे होते. पण तिलासुद्धा मोठ्यानं ओरडल्याशिवाय राहावलं नाही. ''माझ्यापुढं इतक्या घाईने का म्हणून लोटतोयस कपडे भाई? नीटपणानं तुला कपडे देता येत नसले तर घरीच धू ना!''

एक शब्दही न बोलता त्यानं पैसे दिले आणि तो बाहेर पळाला. मी त्याच्या मागं गेलो नाही, कारण मला लोकांचं लक्ष वेधून घ्यायचं नव्हतं.

घरी सगळं नेहमीसारखंच होतं. खोलीत मी पाऊल टाकल्याक्षणी वेरोच्का आली. आपण बरोबरच जेवू असं तिनं लाजत सुचवलं. तिला नाही म्हणणं थोडंसं विचित्र होतं. सबंध अपार्टमेंटमध्ये माझ्याशी चांगलं वागणारी ती एकटीच; पण तिची सहानुभूती माझ्याविषयीच्या लैंगिक आकर्षणावर आधारलेली आहे हे दुर्दैव. आज जे घडलं त्यानंतर माझी खातरीच पटलीय त्याबद्दल.

संभाषण आमच्या दोघांच्याही समान शत्रूंच्याकडे वळवीत मी विचारलं,

''कोस्त्रित्स्काया काय म्हणतीय?''

''आंद्रेइ काझिमिरोविच, ती पुन्हा धमक्या देत होती.''

''का, काय झालं?''

''तेच मागचं, बाथरूममधला दिवा लागलेला आणि फरशीवर पाणीच पाणी. कोस्त्रित्स्कायानं मला सांगितलं की आपण सुपरिटेंडंटकडे तक्रार करणाराय.''

त्या बातमीनं मला संताप आला. इतर कुणाहीपेक्षा संडासाच्या टाकीचा उपयोग मी कमी करतो. स्वयंपाकघरात मी क्वचितच जातो. मग मी बाथरूम जास्त वापरली म्हणून काय बिघडलं?

मी रागानं म्हणालो, “काय करायचं ते करू दे तिला. ती स्वत: किती ढणढणा दिवे जाळते न् तिच्या पोरांनी माझी बाटली फोडली. येऊ दे सुपरिटेंडंटला, मग बघतो.”

पण मला चांगलं माहीत होतं की, अधिकाऱ्यांकडे दाद मागणं माझ्या दृष्टीनं धोक्याचं होतं. जरूर नसताना स्वत:कडं लक्ष कशाला वेधून घ्या?

वेरोच्का म्हणाली, “उगाच काळजी करू नका, आंद्रेइ काझिमिरोविच. शेजाऱ्यांनी काही गडबड केली तर मी बघून घेईन त्यांच्याकडं. तुम्ही मुळीच काळजी करू नका.” माझ्या कपाळाला स्पर्श करण्यासाठी तिनं हात पुढं केला. पण मी तो टाळला, “छे, छे मला ताप नाहीये. चला आपण जेवू.”

वाफाळलेलं न् वास मारणारं अन्न टेबलावर होतं. स्वयंपाकात ओतप्रोत भरलेल्या वाटणं, घोटणं, चिरणं, शिजवणं अशा क्रूर क्रियांनी मला नेहमीच थक्क केलं आहे. भावी कोंबड्या द्रव स्वरूपातच खाल्ल्या जातात. डुकरांची आतडी त्यांच्याच मांसानं भरतात. गर्भावस्थेतील कोंबड्यांची मसालेदार बनवलेली आतडी, सॉसेजीस, स्क्रँबल्ड एग्जसह, म्हणजे तसं पाहिलं तर दुसरं काय आहे?

गव्हाला तर यापेक्षाही अधिक क्रूरतेनं वागवलं जातं. प्रथम त्याला कापतात, मग बडवतात आणि मग त्याचं दळून पीठ करतात.

आर्जव करीत वेरोच्का म्हणाली, “आंद्रेइ काझिमिरोविच, आता खाण्याकडं लक्ष द्या. इतर कसलीही काळजी करू नका. प्रत्येक गोष्टीचा दोष मी माझ्याकडे घेईन.”

एखाद्या माणसाचाही असाच पदार्थ बनवला तर कसं काय होईल? एखादा इंजिनिअर किंवा लेखक घ्यायचा, त्याच्याच मेंदूनं त्याची आतडी भरायची, त्याच्या उकडलेल्या नाकात एखादं व्हायोलेट फूल खोचायचं आणि त्याच्या सोबत्यांना तो जेवायला वाढायचा. एखाद्या ख्रिस्ताच्या किंवा इयान हसच्या किंवा स्तेन्का राझिनच्या यातना, गळाला लावून पाण्याबाहेर काढलेल्या माशाच्या यातनांपुढे काहीच नाहीत. सगळ्या यातना कशासाठी हे तरी निदान त्यांना माहीत होतं.

चहाची किटली घेऊन परत येत वेरोच्कानं विचारलं, “आंद्रेइ काझिमिरोविच, तुम्हाला फार एकटं एकटं वाटतं?” ती चहा आणायला गेली होती तेवढ्यात मी माझी प्लेट एका वर्तमानपत्रात रिकामी केली होती.

“तुम्हाला कधीतरी मित्र होते का हो–” तिनं साखर घातली, “किंवा मुलं – ” आणखी एक चमचा – “किंवा एखादी प्रेयसी?” – ढवळ बाई, ढवळ, ढवळ.

वेरोच्का अस्वस्थ झाल्याचं सहज कळत होतं.

मी सावधपणानं उत्तर दिलं, “तूच माझी मैत्रीण. आणि पुरेशी आहेस तू आणि

स्त्रियांच्या बाबतीत तर, तुला दिसतंच आहे, मी म्हातारा आणि कुबडा आहे. म्हातारा न् कुबडा.'' निर्दयपणानं जोर देत त्या शब्दांची मी पुनरावृत्ती केली.

आपलं प्रेम शब्दांनी व्यक्त करण्याची संधी तिला देऊ नये, अशी माझी प्रामाणिक इच्छा होती. आधीच आयुष्यात पुष्कळ अडचणी होत्या. या सड्या मुलीचं मन माझ्यात गुंतवण्यात आणि दुस्वास करणाऱ्या शेजाऱ्यांच्या विरुद्धची आमची आघाडी मोडण्यात काही अर्थ नव्हता.

तो धोका टाळण्यासाठी, माझ्या मनात आलं, आपण दारूडे असल्याचं नाटक करावं, किंवा गुन्हेगार असल्याचं किंवा त्यापेक्षा बरं म्हणजे वेडा, समसंभोगी असल्याचं. पण यातल्या कुठल्याही भूमिकेमुळे माझ्याबद्दल आणखीच धोकेबाज आकर्षण निर्माण होण्याची भीती होती.

मला एवढंच करता येणं शक्य होतं की माझं कुबड, माझं वय, माझा भिकार पगार, माझी कारकुंड्याची क्षुद्र नोकरी यांच्यावर भर द्यायचा आणि म्हणत राहायचं की मला एखादी कुबड असलेली स्त्रीच योग्य आहे आणि तिच्यासारख्या अव्यंग, सुंदर स्त्रीला तसाच पुरुष मिळाला पाहिजे.

पण वेरोच्कानं निर्णय दिला, ''तुम्ही फार उमद्या मनाचे आहात. आपल्याला व्यंग आहे आणि आपण भारभूत होऊ अशी तुम्हाला भीती वाटते. मला दया वाटत्येय असं कृपया समजू नका. एवढंच की मला निवडुंग आवडतं आणि तुम्ही निवडुंगासारखे आहात. तुमच्या खिडकीतसुद्धा किती निवडुंग लावलेत तुम्ही.''

तिच्या गरम बोटांनी माझ्या हाताला स्पर्श केला आणि भाजल्यासारखी मी उडी मारली.

वेरोच्कानं मला काळजीनं विचारलं, ''तुम्ही तर गारठलाय. आजारी आहात तुम्ही?'' माझ्या शरीराच्या नेहमीच्या तापमानानं ती गोंधळली होती.

हे फारच होत होतं. मी अर्धशिशीचं निमित्त सांगून तिला जायला सांगितलं.

एखाद्या लहान मुलीप्रमाणं आपला हात हलवीत वेरोच्का म्हणाली, ''मग उद्या भेटू आपण आणि मला भेट म्हणून तुम्ही एक निवडुंग द्यायला हरकत नाही. मला खातरी आहे, तुम्ही द्याल!''

ही प्रेमळ मुलगी माझ्याशी एखाद्या वरिष्ठासारखी बोलत होती. तिनं माझ्यावरचं प्रेम जाहीर केलं आणि त्याबद्दल ही बक्षिसी मागत होती.

मी कुठंतरी वाचलं होतं, प्रेमात पडलेले लोक म्हणजे मऊसूत, एकनिष्ठ गुलामच! छे: छे: उलट माणूस प्रेमात पडला रे पडला की आपण धनी, मालक आहोत आणि आपल्यावर पुरेसं प्रेम न करणाऱ्या कुणावरही अधिकार गाजवण्याचा आपल्याला हक्क आहे, असं त्याला वाटू लागतं. कुणीच प्रेम केलं नाही माझ्यावर तर किती बरं होईल!

वेरोच्का निघून गेल्यावर मी माझ्या निवडुंगांना एनॅमलच्या भांड्यानं पाणी पाजू लागलो. माझ्या त्या कुबड आलेल्या छोट्या पिलांना मी हळुवारपणे भरवलं आणि मग मला स्वस्थता वाटली.

पहाटेचे दोन वाजले होते आणि भुकेने माझ्या डोळ्यासमोर भोवळ येत होती. अंधाऱ्या व्हरांड्यातून मी बाथरूममध्ये चवड्यांवर अगदी चोरपावलांनी गेलो. पण, मग काय सुंदर मेजवानी मिळाली मला!

दिवसातून एकदाच जेवण करणं, एकभुक्त राहणं, हे काही सोपं नाही.

ही हकिकत दोन आठवड्यांपूर्वीची. त्यानंतर वेरोच्कानं मला सांगितलं की दोन प्रेमवीर तिच्या मागे आहेत. एक होता सैन्यात लेफ्टनंट व दुसरा होता स्तानिस्लावस्की थिएटरमधील एक नट. पण तरीही तिची माझ्याबाबतची ओढ कमी झाली नाही. माझ्यासारख्या व्यंग असलेल्या म्हाताऱ्यासाठी तिनं आपलं सौंदर्य बळी देऊ नये असं मी सारखं म्हणू नये, म्हणून डोक्यावरचे सगळे केस भादरण्याची तिने धमकी दिली आहे. आता तर ती माझ्यावर गुप्तहेरासारखी नजर ठेवू लागली आहे. बाथरूमकडे जायच्या वाटेवरच ती दबा धरून बसते.

''तुम्ही इतक्या वेळा अंघोळ का करता?'' या तिच्या प्रश्नाला मी एक ठरावीक उत्तर देत असे, ''स्वच्छता हेच कुबड्यांचं सौंदर्य.''

उगीच धोका नको म्हणून बाथरूम आणि संडास यांच्यामधील खिडकीची दुधी काच प्लायवुडच्या एका तुकड्यानं बंद करायला मी सुरुवात केली आहे. कपडे काढण्यापूर्वी मी दारांच्या कड्या लावल्या आहेत याचीही नेहमी खातरी करून घेतो. कोणीतरी माझ्या साऱ्या क्रिया चोरून पाहील हा विचारही मला सहन होत नाही.

माझी अनियमितपणे ठेवलेली रोजनिशी लिहिण्यासाठी माझं पेन भरावं म्हणून मी काल सकाळी तिच्या दारावर टकटक केली. वेरोच्का अजून उठली नव्हती. अंथरुणात पडूनच ती 'तीन शिलेदार' वाचत होती.

मी रीतीप्रमाणे म्हणालो, ''नमस्ते. तुला लेक्चरसाठी उशीर होतोय.'' तिनं पुस्तक मिटलं. ''अपार्टमेंटमधल्या सगळ्यांना वाटतंय की मी तुमची प्रेयसी आहे, माहीत आहे तुम्हाला?'' ती म्हणाली.

मी काहीच बोललो नाही. आणि मग काहीतरी भयंकर घडलं. वेरोच्काचे डोळे चमकले. तिनं आपलं पांघरूण उडवून दिलं. तिच्या अंगावर एकही कपडा नव्हता. रागाने माझ्याकडे पाहात ती म्हणाली, ''आंद्रेइ काझिमिरोविच, तुम्ही काय धिक्कारलंत ते नीट पाहा!''

पंधरा वर्षांपूर्वी शरीररचना शास्त्रावरचं एक पाठ्यपुस्तक मी वाचलं होतं. मला सगळं समजावून घ्यायचं होतं, म्हणून मी सर्व चित्रं व आकृत्या यांचा बारकाईनं

अभ्यास केला होता. त्यानंतरच्या काळात गॉर्की सांस्कृतिक केंद्र व विश्रामधाम येथे नदीत डुंबणाऱ्या लहान मुलांची शरीरं पाहण्याची संधी मिळाली होती परंतु यापूर्वी इतक्या जवळून हाडामासाची जिवंत नग्न स्त्री मी पाहिली नव्हती.

पुन्हा सांगतो, ते दृश्य भयंकर होतं. तिचे हात, चेहरा आणि मान यांच्याप्रमाणे तिचं सारं शरीर सपीठासारखं पांढरंफटक होतं. तिच्या छातीपासून पांढरे स्तन लोंबत होते. मला प्रथम वाटलं, कोपराशी छाटलेले, सहायक हातच आहेत ते. परंतु त्यातील प्रत्येक स्तन पुशबटणप्रमाणे दिसणाऱ्या गोल अग्राशी संपत होता. त्याच्याही खाली, तिच्या मांड्यांपर्यंतचा सर्व भाग गोलाकार पोटानं व्यापला होता. दिवसभरात गिळलेल्या अन्नाचा तिथे एकच ढीग जमतो. पोटाच्या खालच्या भागावर एखाद्या छोट्याशा डोक्याप्रमाणे दाट कुरळ्या केसांचं जंगल माजलं होतं.

या मानवांच्या बौद्धिक आणि नैतिक जीवनात अतिशय महत्त्व प्राप्त झालेल्या लैंगिक संबंधांच्या प्रश्नानं मला बराच काळ विचारात टाकलं होतं. सनातन काळापासून त्याला अभेद्य गुप्ततेच्या आवरणात गुंडाळलं गेलं आहे ते सुरक्षिततेसाठी, असं मला वाटतं. शरीररचना शास्त्रावरील पुस्तकातसुद्धा यावर काही लिहिलेलं नव्हतं आणि जे होतं तेही इतकं त्रोटक व संदिग्ध होतं की त्याच्या खऱ्या अर्थाचा कुणाला पत्ता लागू नये.

माझ्या गोंधळावर मात करीत, या संधीचा फायदा घ्यायचं मी ठरवलं. शरीररचना शास्त्रावरील पुस्तकात पुनरुत्पत्तीची यंत्रणा म्हणून ज्याचा उल्लेख केलेला असतो आणि गलोलीतून बाहेर पडणाऱ्या दगडाप्रमाणे ज्याच्यातून तयार मुलं बाहेर पडतात, ते जननेंद्रिय बघण्याची मला उत्सुकता होती. मानवी चेहऱ्यासारखं काहीतरी मला दिसलं, पण मला ते स्त्रीचं वाटलं नाही, एवढंच. हसताना तोंड वासलेल्या एखाद्या दाढीदीक्षित म्हाताऱ्याच्या चेहऱ्याप्रमाणं ते दिसत होतं.

तिच्या मांड्यांमध्ये एक भुकेलेला व रागावलेला माणूस राहात होता. बहुधा तो रात्री घोरत असावा आणि आपला कंटाळा घालविण्यासाठी घाणेरडं बोलत असावा. स्त्रियांच्या दुटप्पी स्वभावाचं रहस्य हेच असलं पाहिजे. या दुटप्पीपणाचं वर्णन लेर्मोतोव या कवीनं फार चांगलं केलं आहे :

> "सुंदर, एखाद्या स्वर्गीय देवदूताप्रमाणे
> एखाद्या राक्षसीप्रमाणे मायावी व क्रूर"

विचार करायला वेळ नव्हता! वेरोच्का एकाएकी कापू लागली, "या ना." ती म्हणाली.

तिनं आपले डोळे मिटले आणि पाण्याबाहेर काढलेल्या मासळीप्रमाणे तिचे ओठ विलग झाले. एखाद्या मोठ्या शुभ्र माशाप्रमाणे अंथरुणावर तिची असहाय, निरर्थक तडफड चालली होती. निळसर वांगांनी तिचं शरीर भरून गेलं.

मी भित्रेपणाने म्हटलं, "वेरोच्का ग्रिगोरिएवना, क्षमा कर; मला क्षमा कर. माझी कामावर जायची वेळ झाली."

आणि चवड्यावर चालत, हलकी पावलं टाकीत बाहेर जाताना मी वळून मागं न बघण्याचा प्रयत्न करीत होतो.

बाहेर पाऊस पडत होता. पण मला कसलीही घाई नव्हती. तो स्वच्छता दिवस होता आमच्या डिपार्टमेंट्चा. कचेरीचं निमित्त सांगून वेरोच्कापासून सुटका करून घेतली होती. (अंदाजपत्रक, तंबाखूचा धूर, मुख्य हिशेबतपासनीस झायकोव आणि त्या माथेफिरू टंकलेखिका – हे सारे दर महिना ६५० रुबलसाठी!) आणि ओल्या हवेत फिरण्याची चैन मला करता येत होती.

पाणी वाहून नेणारी एक फुटकी पन्हळ मला आढळली आणि मी त्या प्रवाहाखाली उभा राहिलो. पाणी सरळ माझ्या मानेवरून खाली जात होतं. थंड व चविष्ट होतं ते. सुमारे तीन मिनिटांत मी पुरेसा भिजलो.

माझ्या बाजूने घाईघाईने जाणाऱ्या सर्वांच्याजवळ छत्र्या व रबरी बूट होते. माझ्या वागणुकीचे आश्चर्य वाटून ते माझ्याकडे वळून पाहत. जागा बदलणं मला भागच होतं. म्हणून मी रस्त्यातून साचलेल्या डबक्यातून चालायला सुरुवात केली. माझ्या बुटातून पाणी सहजपणानं आत शिरत होतं. निदान पायांशी मला फार मजा वाटत होती.

उद्वेगाने मी स्वत:शीच पुटपुटलो, "वेरोच्का, वेरोच्का, माझ्या प्रेमात पडण्याइतकी तू क्रूर का झालीस? तुझ्या नग्नतेची तुला क्षणभर तरी लाज का नाही वाटली? अशा निर्दय मोकळेपणाने का वागलीस तू?"

बाकी, लाज हा माणसाचा मूलभूत गुण आहे. ही लाज म्हणजे निसर्गत: आपण कुरूप आहोत आणि त्याबद्दल आपल्याला काही करता येणे शक्य नाही, याची अस्पष्ट जाणीव; कपड्याखाली लपवलेल्या गोष्टीची सहज भीती; त्यांना थोडीशी उदात्तता येते ती लाजेमुळं. अर्थात लाजेमुळं माणसं अधिक सुंदर होत नाहीत. अधिक नम्र होतात.

येथे आल्यावर इथली सर्वसामान्य रीत मी उचलली, हे सांगण्याची जरूर नाही. ज्या देशात राहणं तुम्हाला भाग असेल, त्या देशाचे कायदेकानून पाळलेच पाहिजेत. शिवाय पकडलं जाण्याची, ओळखलं जाण्याची सतत भीती होती. त्यामुळे हा विचित्र पोषाख मी माझ्या अंगावर सक्तीनं चढवला.

पण त्यांच्या जागी मी अंगावरील सूटच काय पण फरचा ओव्हरकोटसुद्धा उतरविणार नाही. अगदी रात्रीसुद्धा. प्लास्टिक सर्जरी करणाऱ्या डॉक्टरकडे जाऊन मी माझे पाय छाटून घेईन किंवा पाठीवर निदान कुबड तरी काढून घेईन. इथल्या

सर्वसाधारण लोकांच्यापेक्षा कुबडे निश्चितच थोडेतरी अधिक चांगले दिसतात. अर्थात तेही विद्रूप-विक्राळ असतात ही गोष्ट वेगळी.

उदास मनानं मी हेर्त्सन रस्त्यावर आलो. तिथं संगीत विद्यालयासमोर एका तळघरासारख्या जागेत मी पाहिलेला कुबडा राहायचा. पाठीला डौलदार बाक आलेल्या या व्यक्तीकडे गेला दीड महिना माझं लक्ष होतं. मानवापेक्षा तो इतका वेगळा होता आणि कसं कुणास ठाऊक, त्याला पाहाताच माझ्या हरपलेल्या तरुण दिवसांची मला आठवण यायची.

मी त्याला तीनदा लाँड्रीत पाहिलं होतं आणि एकदा फुलांच्या दुकानात – निवडुंग विकत घेताना. लाँड्रीतल्या बाईला त्यानं दिलेल्या एका पावतीवरून त्याचा पत्ता शोधून काढण्यात नशिबानं मला यश मिळालं होतं.

काही गोष्टींची शहानिशा करण्याची वेळ येऊन ठेपली होती.

ते अशक्य आहे; ते सगळे नष्ट झाले आहेत, मी एकटाच रॉबिन्सन क्रूसोप्रमाणे शिल्लक उरलोय – असं मी स्वत:लाच बजावलं. यान कोसळल्यानंतर अपघातातून उरलेलं सगळं मी माझ्या हातांनी नष्ट केलं होतं. माझ्याशिवाय इतर कोणी इथं असणं अशक्य होतं.

पण मला शोधण्यासाठी त्यांनी कुणाला पाठविलं असलं तर? कुबडा असल्याचं नाटक करीत, वेषांतर करून... मला विसरले नव्हते ते! काय घडलं असावं याची कल्पना आली होती! त्यांनी शोधही सुरू केला होता!

पण त्यांना कळलं कसं? बत्तीस वर्षांनी – म्हणजे इथल्या कालगणनेप्रमाणे. जिवंत व सुखरूप. हे खूपच होतं.

पण नेमकं इथंच कसं? हाच खरा प्रश्न होता. इकडं यायचा कुणाचाच बेत नव्हता. अगदीच वेगळी दिशा. ते जमलं नाही. आम्ही वाट चुकलो. अवकाशाच्या मागं कुठंतरी. साडेसात महिने. नंतर ते घडलं.

कदाचित हा योगायोग होता. तोच प्रक्षेपणमार्ग, योग्य रस्ता व हिवाळा यांतून वेळापत्रकात कुठंतरी गफलत झाली असावी. कुठंतरी उतरावं लागलं असावं. योगायोग खरंच घडतात का? दोन शेंगांप्रमाणे एकमेकांसारखे. जिथं कुणी पाय, ठेवला नव्हता तिथं. असं घडू शकतं, नाही का? कुबड्याचं सोंग घेऊन अगदी बरोबर माझ्यासारखं. खरंच आणखी एखादा अगदी माझ्यासारखा असला तर!

कोस्त्रित्स्कायासारख्या एका स्त्रीने दार उघडलं. एवढंच की त्याची ही कोस्त्रित्स्काया जरा अधिक प्रौढ व धिप्पाड होती. तिच्या अंगाला लिलॅकचा वास येत होता – नैसर्गिक वासापेक्षा दसपट उग्र. खात्रीने सेंटच तो.

"आता येतीलच लिओपोल्ड परत. या ना, आत या."

बोळीच्या दुसऱ्या टोकाकडे नजरेआडून एक कुत्रा भुंकत होता. माझ्यावर उडी मारावी की नाही, याबद्दल त्याचा निर्णय होत नव्हता. या असल्या प्राण्यांचे मला फार वाईट अनुभव होते.

"काय झालं? ती चावायची नाही. निक्सा, गप्प, गप्प!"

त्यावर आमचा नम्र वाद चालला असताना तो प्राणी आपला संताप व्यक्त करीत होता. बाजूच्या दरवाज्यांच्या मधून तीन डोकी डोकावली. त्यांनी माझ्याकडे खालपासून वरपर्यंत उत्सुकतेनं बघितलं आणि कुत्रीचा उद्धार केला. तो दंगा भयंकरच होता.

मोठा धोका पत्करीत मी खोलीपर्यंत कसाबसा पोहोचलो, तर तलवार घेतलेलं एक पोरगं खोलीत होतं. आम्हाला पाहाताच त्याने साखर व जांभळं मागायला, चेहरा वेडावाकडा करीत, हातवारे करीत ओरडायला सुरुवात केली.

"फार गोडखाऊ आहे – माझ्यासारखाच." कोस्त्रित्स्काया म्हणाली, "ओरडा थांबव बघू. नाहीतर हे काका खाऊन टाकतील तुला."

यजमानीणबाईंना खूष करण्यासाठी मी म्हटलं, "मी सूप म्हणून मुलांचं गरम केलेलं रक्त पितो." ते ऐकताच पोरगं एकदम गप्प झालं. त्यानं तलवार टाकली आणि एका दूरच्या कोपऱ्यात तो अंग चोरून बसला. त्याचे डोळे माझ्यावर खिळले होते. पशूप्रमाणे भयंकर भीतिग्रस्त होते ते.

"लिओपोल्डसारखा आहे का नाही?" कोस्त्रित्स्कायानं विचारलं. तिचं विचारणं उडतउडत असलं तरी आवाजात घोगरा प्रेमळपणा होता.

तिच्या त्या सूचक उद्‌गारावर मी विश्वास बसल्यासारखं दाखवलं. लिलॅकच्या उच्छ्वासांनी भरलेल्या शिळ्या हवेमुळं मला मळमळायला लागलं. त्या वासामुळं माझ्या अंगाला कंड सुटली आणि अनेक ठिकाणी पुरळ उठलं. माझ्या चेहऱ्यावर हिरवे चट्टे उभे राहातील अशी भीती मला वाटत होती.

बाहेर चवताळलेली निक्सा बोळीमधील जमीन उकरत होती आणि दंगा करीत माझा माग हुंगीत होती. तेथील सगळ्या स्त्री-रहिवासी उत्तेजित होऊन एकमेकींशी कुजबुजत होत्या. माझी श्रवणशक्ती फार तीव्र झालेली आहे याची त्यांना कल्पना नव्हती.

"हा लिओपोल्ड सिंगेविचचा भाऊ आहे, हे दिसतं आहे..."

"छे: छे: याच्या तुलनेनं आपला कुबडा पुश्किनचा भाऊ शोभेल जुळा."

"असलं काही स्वप्नातसुद्धा होऊ नये गं बाई, एवढीच परमेश्वराजवळ प्रार्थना."

"नुसतं बघूनच काहीतरी विचित्र वाटतं नाही?"

लिओपोल्ड आल्यामुळं या साऱ्यात खंड पडला. आल्याबरोबर त्यानं आपल्या भूमिकेत जो सरळ प्रवेश केला, त्याचं मला कौतुक वाटलं. त्रयस्थांदेखत

आपल्यासारख्याच एका कुबड्याला भेटणाऱ्या दुसऱ्या कुबड्याची अभिजात भूमिका.

"वा, समदुःखी मित्राची भेट होण्याचा काय हा अलभ्य लाभ! कोणाची ओळख होण्याचं आमचं भाग्य... कोणत्या कारणानं गरिबाच्या घराला पाय लागताहेत आपले..."

कोळ्याच्या जाळ्याप्रमाणं सूक्ष्म, नाजूक अशा वागणुकीच्या मानसशास्त्रीय तऱ्हेचं तो अनुकरण करीत होता. स्वाभिमानाच्या रक्षणासाठी स्वतःच्या खिल्लीचं उभारलेलं कवच, विदुषकीत लपवलेली लाज. घोडेस्वाराप्रमाणे तो खुर्चीवर आरूढ झाला. त्यानं खुर्चीची बैठक तंगड्यांत पकडली, उडी मारून तो पुढं सरकला आणि त्यानं आपलं डोकं खुर्चीच्या पाठीवर टेकवलं. चेहरा वेडावाकडा करीत तो सतत खांदे उडवीत होता. जणू पाठीवरचं ओझं फार जड होत होतं.

"हां, हां. म्हणजे तुम्ही आंद्रेइ काझिमिरोविच तर, आणि गंमत म्हणजे माझं नाव लिओपोल्ड सिंगेविच आहे. मीही थोडा कुबडा आहे, तुमच्यासारखाच, हे सांगायला नकोच..."

मानवाच्या वागणुकीची ही कौशल्यपूर्ण व्यंगचित्रात्मक नक्कल पाहून मला फार मौज वाटली. तिच्या असंगतपणामुळं त्यातली कला अधिकच बेमालूम ठरत होती आणि मला काहीशा खेदानं मान्य करावं लागलं की जगण्याच्या खेळात तो माझ्याहून श्रेष्ठ होता आणि पृथ्वीवर आम्हाला शक्य असलेल्या एकमेव रूपात – विद्रूप कुबड आणि दुखावलेलं अहंमन्य व्यक्तिमत्त्व यांत – शिरण्याचं त्याचं कौशल्य माझ्याकडे नव्हतं.

पण काम म्हणजे काम. म्हणून त्याच्याशी एकांतात बोलायचंय असं मी सुचवलं.

कोस्त्रित्स्काया जरा घुश्शात म्हणाली, "माझी हरकत नाही जायला." आणि जाता जाता तीव्र सेंटचा भपकारा निरोपादाखल तिनं माझ्या अंगावर सोडला.

या वासानं ही अगदी संपृक्त झाली आहे, असा विचार करीत मी तिच्यावर सूड उगवल्याचं समाधान मानलं. तिच्या मैल्यालासुद्धा नेहमीप्रमाणं उकडलेले बटाटे व गृहसौख्य यांच्याऐवजी या सेंटचाच वास येत असला पाहिजे. शुद्ध ओ द कोलनचीच ती लघ्वी करीत असणार. या असल्या वातावरणात गरीब बिचाऱ्या लिओपोल्डलाही लवकरच वास मारायला लागणार, हे नक्की.

आम्ही दोघेच खोलीत उरल्यावर (आमच्याशिवाय, एका दूरच्या कोपऱ्यात भ्यालेलं व गोंधळलेलं ते पोरगं अंग चोरून बसलं होतं) मी त्याला सरळच विचारलं,

"तुम्ही निघाल्याला किती दिवस झाले?"

"कुठून निघाल्याला?" त्यानं उडवाउडवी केली.

आपल्या यजमानीणबाई निघून गेल्यामुळं त्याच्या चेहऱ्यावरचा ओढूनताणून आणलेला खेळकरपणा नष्ट झाला होता.

बहुतेक कुबड्यांच्यामध्ये – विशेषत: जे आपल्या पाठीचा कणा लपविण्याइतके हुशार असतात व त्याचं दु:ख मनावर न घेण्याइतके स्वाभिमानी असतात त्यांच्यामध्ये आढळणाऱ्या विदूषकी प्रदर्शनवृत्तीचा त्याच्या चेहऱ्यावर लवलेशही नव्हता. मला वाटलं, त्यानं स्वत:ला अजून पुरेसं सावरलेलं नाही आणि आळसामुळं आपण आहोत त्यापेक्षा कोणीतरी वेगळे असण्याचा देखावा त्यानं चालू ठेवला आहे.

मी शांतपणानं म्हटलं, "नाटक पुरे, पहिल्या दृष्टिक्षेपातच मी तुम्हाला ओळखलं. आपण एकाच ठिकाणचे आहोत. आपण नातेवाइकच आहोत, असं म्हणायला हरकत नाही. प्खेंट्झ! प्खेंट्झ!" आम्हाला दोघांनाही पवित्र असलेलं हे नाव मी पुटपुटलो.

"काय म्हणालात?...सांगू, तुम्हाला कुठंतरी पाहिल्यासारखं वाटतंय. कुठं बरं?" त्यानं आपली भुवई चोळली, ओठ मुडपले व कपाळाला आठ्या घातल्या.

चेहऱ्यावर हावभाव प्रकट करण्याची त्याची ताकद जवळ जवळ मानवी होती आणि रंगीत तालमी करण्याच्या त्याच्या असामान्य तंत्राबद्दल मला पुन्हा एकदा त्याचा हेवा वाटला. पण त्याच्या या सावध नाटकीपणाचा मला वैताग येऊ लागला होता.

"बरोबर!" तो उद्‌गारला, "स्टेशनरी पुरवठा खात्यात तुम्ही काम करीत होता ना? चव्वेचाळीस साली तिथला प्रमुख होता याकोव सालोमोनोविच झाक – किती चांगल्या स्वभावाचा लहानसर ज्यू – नाही?"

मी तुसडेपणानं म्हटलं, "मला झाक वगैरे कोणी माहीत नाही. पण मला हे चांगलं माहीत आहे की, लिओपोल्ड सिंगेविच, तुम्ही-तुम्ही लिओपोल्ड सिंगेविच मुळीच नाही आणि जरी आपल्या कुबडाचं प्रदर्शन तुम्ही सगळीकडे करीत असला तरी तुम्ही कुबडे नाही. देखावे पुरे झाले आता. काही झालं तरी तुमच्याइतकाच मोठा धोका मीही पत्करतोय."

पण त्याच्या अंगात जणू सैतान शिरला होता.

"मी कोण आहे, हे तुम्ही कोण मला सांगणार? घरमालकिणीबरोबरचे माझे संबंध बिघडवूनच्या बिघडवून वर माझा पाणउतारा! हिंमत असली तर एखादी बाई शोधून दाखवा तिच्याइतकी बेफाम आणि मग माझ्या शारीरिक व्यंगाची चौकशी करायला या. माझ्यापेक्षाही तुमचं कुबड अधिक मोठं आहे. जास्तच भेसूर आहात तुम्ही. राक्षस! कुबडा! किळसवाणा कुबडा कुठला!"

एकाएकी स्फोट झाल्यासारखा तो हसू लागला आणि कपाळावर हात मारीत म्हणाला, "आत्ता आठवलं! मी लॉंड्रीत पाहिलंय तुम्हाला. एकाच लॉंड्रीतून कपडे

धुवून घेतो, एवढंच आपल्यात साम्य.''

या वेळेला त्याच्या सच्चेपणाची शंका घ्यायला जागाच नव्हती. आपण लिओपोल्ड सिंगेविच आहोत असं त्याला खरोखरीच वाटत होतं, आपल्या भूमिकेशी तो अगदी तद्रूप झाला होता, इथलाच रहिवासी झाला होता, मानव झाला होता. आपल्या परिस्थितीशी त्यानं फाजील मिळतंजुळतं घेतलं होतं आणि परक्या प्रभावांना तो शरण गेला होता. आपलं पूर्वीचं नाव तो विसरला होता. दूरवरच्या मातृभूमीशी तो बेइमान झाला होता आणि त्याला वेळीच मदत मिळाली नसती तर तो गमावल्यातच जमा होता.

मी त्याचे खांदे धरले आणि त्याला नीट हलवलं. त्याच वेळी हळुवार मैत्रीच्या सुरात मी म्हटलं, ''आठवण कर, आठवायचा प्रयत्न कर. तू कोण आहेस ते ओळख. विषारी दुर्गंध येणाऱ्या त्या कोस्त्रित्स्कायाशी काय करायचं तुला? अरे, माणसंसुद्धा पशुवृत्तीला मान देत नाहीत. शिवाय, साध्या विस्मरणानं असेल किंवा पूर्वनियोजित द्वेषबुद्धीनं नसेल, तरी काय, मातृभूमीशी बेइमानी... प्खेंट्झ! प्खेंट्झ!'' मी पुन्हा म्हणालो आणि अजूनही मला आठवणारे इतर शब्दही पुन:पुन्हा उच्चारले.

एकाएकी अनाकलनीय ऊब त्याच्या जाकिटातून येऊन मला भिडली. त्याचे खांदे अधिकाधिक गरम होत होते – वेरोच्काच्या किंवा ज्यांच्याबरोबर मी हस्तांदोलने करणे टाळले अशा हजारो हातांइतके गरम.

माझी पकड सैल करीत मी म्हटलं, ''माफ करा हं, मला वाटतं काहीतरी घोटाळा आहे... काहीतरी गैरसमज म्हंजे, म्हंजे... कसं सांगू? मला मधूनमधून नर्व्हस् ॲटॅक्स येतात...''

त्याचक्षणी मला भयंकर दंगा ऐकू आला. आणि मी मागं वळून पाहिलं. माझ्यापासून काही अंतरावर हातात तलवार घेऊन ते पोरगं नाचत होतं.

''सोड, लिओपोल्डला सोड!'' ते ओरडलं, ''हलकट माणसा, सोड सोड लिओपोल्डला. माझ्या आईचं प्रेम आहे त्याच्यावर. माझा बाबा आहे तो. माझा लिओपोल्ड; तुझा नव्हे!''

त्यात शंकाच नव्हती. मी काहीतरी चूक केली होती. तो कुबडा असो अगर नसो - तो एक मानव होता, मानवाहून मानव होता, हे नक्की.

दिवसेंदिवस मला अधिकच त्रास होतोय. हिवाळा - जगाच्या या भागातील सर्वांत थंड ऋतू - सुरू झालाय. मी घराबाहेर अजिबात पडत नाही.

तरीही, तक्रार करणं घोर पातकच. नोव्हेंबरमधल्या सुट्टीनंतर मी निवृत्त झालो. मला काही फारसं मिळत नाही; पण याप्रकारे डोक्याला काळजी कमी. असं केलं नसतं तर माझ्या मागच्या आजारपणातून मी सुखरूप बाहेर कसा पडलो असतो?

ऑफिसला जायची धावपळ करण्याइतकी ताकद मला राहिली नसती आणि एखाद्या डॉक्टरची चिठ्ठी घेणं कटकटीचं, धोक्याचं ठरलं असतं. माझ्या म्हातारपणी मी निश्चितच वैद्यकीय तपासणीला शरण जाणार नव्हतो! तसं करणं म्हणजे आत्मनाशच ठरला असता!

कधी कधी मी स्वतःलाच एक अवघड प्रश्न विचारतो : मी कायदेशीर नागरिकत्व का घेऊ नये? एखाद्या गुन्हेगाराप्रमाणे आपण दुसरेच कोणीतरी आहोत असं नाटक का केलं मी तीस वर्षे?

"आंद्रेइ काझिमिरोविच सुशिन्स्की. वंश : मिश्र पोलिश व रशियन, वय ६१. शारीरिक व्यंग. पार्टीचा सभासद नाही. ब्रह्मचारी. नातेवाईक नाहीत. मुले नाहीत. परदेशप्रवास नाही. जन्मगाव इर्कुत्स्क. वडील कारकून. आई गृहिणी. दोघांचाही १९०१ मध्ये कॉलऱ्याने मृत्यू."

बस्स, की नागरिकत्व हाती!

पण त्याऐवजी सरळ पोलिसांच्याकडे जाणं, क्षमा मागणं, सर्व हकिकत जशी घडली तशी साधेपणाने सांगणं – हे कसं काय होईल?

सांगेन त्यांना – हे असं असं आहे. तुम्हीच बघा - मी परक्या जगातला प्राणी आहे. परक्या म्हणजे आफ्रिका किंवा हिंदुस्थानमधला नव्हे; किंवा तुमच्या त्या मंगळावरचा किंवा शुक्रावरचाही नव्हे – तर त्यापेक्षाही दूरवरच्या व अप्राप्य जगातला मी आहे. अशा स्थळांना नावंसुद्धा नाहीत तुमच्या भाषेत आणि, अवकाशाचे सगळे नकाशे पसरलेत तुम्ही माझ्यापुढं, तरी, माझा जन्म ज्यावर झाला तो रमणीय तारा – माझी जन्मभूमी – कुठं असावा, हे मला खरोखरीच नाही दाखविता येणार.

पहिली गोष्ट, मी काही खगोलशास्त्रज्ञ नाही. जिथं मला नेण्यात आलं तिथं मी गेलो आणि दुसरी गोष्ट अशी की ते चित्र फारच वेगळं आहे. तुमची पुस्तकं, तुमचे नकाशे यांच्यावरनं मला नाही माझं – माझ्या जन्मभूमीवरचं – आकाश ओळखता येत. आजही, रात्रीच्या वेळी रस्त्यावर जातो व वर बघतो – आणि आकाश असतं, पण चुकीचं. पूर्णपणे वेगळं. कुठल्या दिशेकडं डोळे भरून पाहावं, ते सुद्धा माझ्या लक्षात येत नाही. माझी जन्मभूमीच काय, पण माझा सूर्यही इथून दिसत नसण्याची शक्यता आहे. या इथल्या तारामंडलाच्या पलीकडच्यांपैकी तो एक असावा. ते ठरवणं मला शक्य नाही.

कृपा करून, असं समजू नका की मी काही स्वार्थी, नीच हेतू बाळगून इथं आलोय – म्हणजे लोकांचं स्थलांतर, वैश्विक युद्ध इत्यादी साऱ्या बेकार गोष्टी. काही असलं तरी मी लष्करी खाक्याचा नाही, संशोधक नाही किंवा अज्ञात प्रदेशाचा शोध घेणारा नाही. हिशेब लिहिणं हा माझा व्यवसाय – म्हणजे माझा इथला व्यवसाय. पूर्वी मी काय करत होतो, हे न सांगणंच अधिक चांगलं. सांगितलं तरी

समजणार नाही तुम्हाला.

खरं म्हणजे, अवकाशात उड्डाण करण्याची आमची मुळीच इच्छा नव्हती. फार मोडक्यातोडक्या तऱ्हेनं सांगायचं म्हणजे आम्ही एका सहलीच्या जागी निघालो होतो. मग मार्गात काहीतरी झालं – तुम्हाला समजावं म्हणून असं म्हणू की धूमकेतू आडवा आला – आणि आमची हवेत तरंगण्याची शक्ती गेली आणि आम्ही अज्ञात अवकाशात कोसळलो. साडेसात महिने आम्ही कोसळतच होतो – म्हणजे आमचे साडेसात महिने, तुमचे नव्हे – आणि केवळ योगायोगानं इथं उतरलो.

शुद्धीवर आल्यावर मी आजूबाजूला पाहिलं तेव्हा माझे सारे सहप्रवासी मेले होते. आमच्या ठरलेल्या पद्धतीने मी त्यांना पुरलं व परिस्थितीशी जमवून घ्यावयाचा प्रयत्न सुरू केला.

भोवतालची प्रत्येक गोष्ट अपरिचित आणि अनाकलनीय होती. आकाशात एक चंद्र – मोठ्ठा आणि पिवळा तळपत होता, मात्र एकच होता. हवा चुकीची होती, प्रकाश चुकीचा होता आणि सगळी गुरुत्वाकर्षणं आणि दाब विचित्र होते, कसं सांगू मी? अगदी साधं पाइनचं झाड माझ्या अन्य-वैश्विक इंद्रियांना, साळू किंवा तरस तुमच्या अंगाला टोचावं तसं, मला टोचत होतं.

मी जाणार कुठं? मला जेवणंखाणं आवश्यकच होतं. अर्थात मी माणूस नाही व जनावरही नाही. पृथ्वीवर असणाऱ्या सर्व गोष्टींत त्यातल्या त्यात माझं साम्य वनस्पति-सृष्टीशी आहे. पण मलाही काही मूलभूत गरजा आहेतच माझ्या. मला लागणारी पहिली गोष्ट म्हणजे पाणी – बाष्पाचा यापेक्षा बरा प्रकार इथं नसल्यामुळं. शिवाय पाणी मला विशिष्ट तापमानाचं हवं असतं व मधूनमधून आवश्यक ते क्षारही त्यात मिसळावे लागतात. शिवाय आजूबाजूच्या वातावरणात मला वाढती थंडी जाणवली. सैबेरियातलं गोठणारं धुकं कसं असतं हे मी सांगायला नको तुम्हाला.

त्याला उपायच नव्हता. मला ते अरण्य सोडणं भाग होतं. काही दिवस झुडपांच्या आडून मी माणसांचं निरीक्षण करत होतो. त्यांचा अंदाज घेत होतो. ती बुद्धिवादी जनावरं आहेत, हे मला लगेच जाणवलं. पण प्रारंभी मला भीती वाटायची की ते मला खाऊन टाकतील. मी अंगाभोवती चिंध्या गुंडाळल्या (ही माझी पहिलीच चोरी होती व त्या परिस्थितीत क्षम्य होती) आणि मैत्रीचा भाव चेहऱ्यावरती रेखून मी झुडपांमधून बाहेर आलो.

याकुत लोक आतिथ्यशील व वृत्तीने निर्व्याज आहेत. सोप्या सोप्या मानवी सवयी मी त्यांच्याकडून शिकलो. मग मी अधिक सुसंस्कृत प्रदेशात आलो. मी भाषा शिकलो, शिक्षण घेतलं आणि इर्कुत्स्क गावी एका दुय्यम शाळेत अंकगणित शिकवलं. काही काळ मी क्रिमियात राहिलो. पण हवेमुळं लवकरच मला तोही प्रदेश सोडावा लागला. तिथं उन्हाळ्यात भयंकर उष्मा होतो, तर हिवाळ्यात पुरेसा

उबदारपणा नसतो. त्यामुळं खोलीत स्टोव्ह वापरावा लागायचा आणि विसाव्या शतकाच्या दुसऱ्या दशकात तसल्या सुखसोई दुर्मिळ व महाग होत्या. म्हणून मी मॉस्कोला स्थायिक झालो. तेव्हापासून मी इथंच आहे.

माझी ही दु:खद कहाणी कुणालाही – आणि सामान्य वाचकांसाठी कितीही कौशल्यानं संपादित करून सांगितली तरी कोणीही तिच्यावर विश्वास ठेवणार नाही. माझ्या गोष्टीला आवश्यक तेवढं मला रडता आलं असतं तर! पण एका विशिष्ट प्रकारे हसायला मी शिकलो असलो तरी मला अजून रडता येत नाही. त्यांना वाटेल मी वेडा आहे, किंवा अद्‌भुतात रमणारा आहे आणि त्यापेक्षाही भयंकर म्हणजे ते माझ्यावर खटला भरतील – खोटा पासपोर्ट जवळ बाळगल्याबद्दल, खोट्या सह्या व शिक्के केल्याबद्दल आणि इतर अशाच बेकायदा हालचालींबद्दल.

आणि या सगळ्या वाजवी तर्काविरुद्ध जाऊन त्यांनी माझ्यावर विश्वास ठेवला, तर माझी गत यापेक्षाही वाईट होईल.

सगळ्या विद्यापीठांतले झाडून सारे विद्वान जमा होतील – खगोलशास्त्रज्ञ, शेतीशास्त्रज्ञ, पदार्थविज्ञानवेत्ते, अर्थशास्त्रज्ञ, भूगर्भशास्त्रज्ञ, भाषाशास्त्रज्ञ, मानसशास्त्रज्ञ, वनस्पतिशास्त्रज्ञ, सूक्ष्मजीवशास्त्रज्ञ, रसायनशास्त्रज्ञ आणि जीवरसायनशास्त्रज्ञ. माझ्या अंगावरच्या सूक्ष्म डागांपर्यंत सर्व गोष्टींचा काहीही न वगळता अभ्यास करण्यासाठी ते जमतील. ते सारखे प्रश्न विचारतील, उलटतपासणी घेतील, परीक्षा घेतील, सक्तीने नमुने काढतील.

माझ्याबद्दलचे प्रबंध, चित्रपट आणि कविता यांच्या लाखो प्रती खपतील. बायका ओठ हिरवे रंगवू लागतील आणि निवडुंगाप्रमाणे किंवा, ते न जमल्यास, रबराच्या रोपांप्रमाणे दिसतील अशा हॅट वापरू लागतील. भावी अनेक वर्षांत सगळ्या कुबड्यांवर स्त्रिया लट्टू होतील.

माझ्या ग्रहाचं – माझ्या मातृभूमीचं – नाव मोटारींना ठेवलं जाईल आणि माझं नाव अनेक बाळांना, अनेक रस्त्यांना व कुत्र्यांना ठेवलं जाईल. मी लिओ टॉलस्टॉयइतका प्रसिद्ध होईन – किंवा गलिव्हर, किंवा हर्क्युलस, किंवा गॅलिलिओ गॅलिलीइतका.

पण माझ्या क्षुद्र जीवनाबद्दल जागतिक उत्सुकता निर्माण होऊनही कुणीच मला समजू शकणार नाही. माझा अमानवी स्वभाव खुद्द मलाही व्यक्त करता येत नाही त्यांच्या भाषेत, तर त्यांना तो काय समजणार? मी खूप प्रयत्न करतो, आणि रूपकं वापरायला बघतो, पण मुद्द्याशी येताच मला शब्दच सापडत नाहीत. मला फक्त दिसतं एक बुटकं, घन गॉग्री, ऐकू येतं एक वेगवान व्हॅग्लीयागू आणि एक अवर्णनीय सुंदर प्खेंट्झ माझ्या खोडावर प्रकाशशलाका टाकतं. माझ्या स्मृतीतले असे शब्द कमी कमी होऊ लागले आहेत. त्यांची बांधणी मी मानवी भाषेत जेमतेम

सांगू शकतो. भाषाशास्त्रज्ञांनी मला वेढलं व विचारलं, "याला तुम्ही काय म्हणता?" तर मला खांदे उडवून एवढंच सांगता येईल, "गॉग्री तुझ्रोस्क्मी."

नाही. एकटं आणि खोट्या नावानं राहावं हेच चांगलं - माझ्यासारखं काही विशेष असणारानं लक्ष वेधून न घेता जगलं पाहिजे आणि मेलंही पाहिजे लक्ष वेधून न घेताच.

पण मग मी मेल्यावर ते मला एका काचेच्या बरणीत ठेवतील, अल्कोहोलमध्ये ते माझं लोणचं घालतील व निसर्गेतिहास-संग्रहालयात माझं प्रदर्शन मांडतील आणि मला पाहात पुढे सरकणाऱ्या, उबगलेल्या लोकांच्या अंगावर शहारे येतील आणि आपलं मन हलकं करण्याकरिता ते माझी टवाळी करतील. आणि वैतागाने म्हणतील, "किती विचित्र! केवढी ही निसर्गाची विद्रूप विकृती!"

पण मी सांगतो, मी एक विकृती नाही. केवळ मी वेगळा आहे म्हणून तुम्ही माझ्याशी उद्धटपणानं वागावं का? तुमच्या स्वतःच्या कुरूपतेबरोबर माझ्या सौंदर्याची तुलना करून काय उपयोग? मी तुमच्यापेक्षा अधिक सुंदर आहे आणि अधिक नैसर्गिक आहे. प्रत्येक वेळी माझ्याकडे मी पाहतो तेव्हा माझे डोळे मला हेच सांगत असतात.

मी आजारी पडलो त्याच्या आदल्याच दिवशी बाथरूमची तोडफोड झाली होती. त्या दिवशी रात्री ही गोष्ट माझ्या लक्षात आली. माझ्या हेही लक्षात आलं की मला बेजार करण्यासाठी कोस्त्रित्स्कायानं तसं मुद्दाम केलं असावं. गरीब बिचाऱ्या वेरोच्काकडून मदत मिळण्याची अपेक्षा करणं व्यर्थ होतं. माणसाच्या दृष्टिकोनातून तिचा सर्वांत मौल्यवान अलंकार तिनं मला देऊ केला होता व तो स्वीकारण्याऐवजी मी फिरायला गेलो होतो. तेव्हापासून ती दुखावली गेली आहे.

स्तानिस्लावस्की थिएटरच्या त्या नटाशी तिनं लग्न केलं. काही वेळा निरुंद भिंतीतून त्यांच्या स्वर्गीय चुंबनांचा आवाज माझ्या कानांपर्यंत पोहोचतो. तिच्या लग्नामुळं मला खरोखरीच आनंद झाला होता आणि तिच्या लग्नाच्या दिवशी, तिची आद्याक्षरं आणि इतर काही चमत्कृती चॉकोलेटमध्ये काढलेला केक मी निनावीपणे भेट पाठविला होता.

पण मला भयंकर भूक लागली आहे आणि मला नष्ट करण्यासाठी कोस्त्रित्स्कायानं तर बाथरूम फोडून ठेवली आहे आणि तिची दुरुस्ती होईपर्यंत पाणी वाहून जातं तिथं लाकडी खुंटी घातलीय आणि पाणी बंद केलं आहे. म्हणून सगळे झोपल्यावर, वरून-खालून-बाजूंनी घोरणं ऐकू येऊ लागल्यावर, मी संडासाच्या खिळ्यावरून वेरोच्काचं घंगाळं काढलं. सगळ्यांची घंगाळं तिथंच अडकवलेली असतात. कॉरिडॉरमधून ओढत आणताना त्याचा वादळी गडगडाटासारखा आवाज झाला

आणि खालच्या मजल्यावरच्या कुणाचं तरी घोरण थांबलं. पण मी ते काम संपवलंच. स्वयंपाकघरात एक केटली उकळून घेतली, एक बादलीभर गार पाणी घेतलं आणि ते सारं माझ्या खोलीत नेलं. मग दरवाजा लावून अंगच्या कुलपांत किल्ली अडकवून टाकली.

कपडे फेकून देणं, केसांचा टोप काढणं, अस्सल हिंदुस्थान रबराचे कान उपटून टाकणं आणि छातीला व पाठीला असह्य झालेल्या पट्ट्यांची बक्कल्स काढणं – किती आनंद आहे यात! दुकानातून कागदात बांधून घरी आणलेल्या कुंडीतील पामप्रमाणे माझं अंग स्फुरू लागलं. दिवसभर बांधून ठेवल्यामुळं बधीर झालेले सर्व अवयव बागडू लागले चैतन्यानं.

मी घंगाळातच बसलो, कोरड्या जागेवर पाणी ओतण्यासाठी स्पंज एका हातात घेतला आणि दुसऱ्या हातात केटली घेतली. तिसऱ्या हातात मी एक गार पाण्याचा तांब्या घेतला, त्यात थोडं गरम पाणी घातलं व माझ्या उरलेल्या चौथ्या हातानं, ते फार गरम नाही ना, ते पाहिलं. केवढी चैन!

तांब्यातून ओढला जाणारा तो अमोल द्रव माझी कातडी मोकळेपणानं शोषून घेत होती. भुकेच्या तीव्र कळा भागल्यावर, मी ठरविलं की आपलं शरीर नीट तपासून पाहिलं पाहिजे आणि शरीरातून बाहेर आलेला मळ काही ठिकाणी कोरड्या गाठी होऊन राहिला होता. तो स्वच्छ केला पाहिजे. अर्थात माझ्या हातापायातील, डोक्यावरील व मानेवरील डोळे, दिवसा सतत घालावे लागणारे जाडेभरडे कपडे व खोटे केस यांच्या आवरणामुळे जाणवण्याइतके मंद झाले होते. पूर्वीच, १९३४ मध्येच, चावणाऱ्या उजव्या बुटामुळे माझा एक डोळा गेलाच होता. त्यामुळं संपूर्ण तपासणी करणं काही सोपं नव्हतं.

परंतु मी माझं डोकं केवळ अर्धवर्तुळाकार मर्यादेत न राहता – केवळ मानवी मानेलाच फक्त १८० अंशांची दयनीय मर्यादा आहे – सगळीकडं फिरवलं. अजूनही ठीकठाक असलेले सर्व डोळे एकाच वेळी मिचकावीत आणि दमणूक व अंधार यांना दूर लोटीत, मी माझं शरीर सगळ्या बाजूंनी व निरनिराळ्या कोनांतून एकाच वेळी पाहण्यात एकदाचा यशस्वी झालो. किती आकर्षक आहे हे दृश्य! आणि रात्रीच्या वेळी फार थोडा वेळ फक्त मलाच ते दिसतं, हे केवढं दुर्दैव! मी माझा हात वर करण्याचाच अवकाश, की मी मला छतापासून पाहू शकतो – जणू काही वर उडून, माझ्यावरतीच घोटाळत आणि त्याचवेळी मी माझे खालचे भाग, माझी पाठ, पुढची बाजू आणि माझ्या शरीराच्या सर्व पसरत्या फांद्याही पाहू शकतो. जवळजवळ बत्तीस वर्षे मी परागंदा अवस्थेत राहिलो नसतो, तर माझ्या बाह्याकृतीचं कौतुक मी स्वप्नात देखील केलं नसतं. पण माझ्या हरवलेल्या सौंदर्याचा व सुसंवादित्वाचा, जिला मी मातृभूमी म्हणतो तिचा, मी एकमेव प्रतिनिधी आहे. माझ्या स्वत:च्या

शरीराबद्दल आनंद मानण्याखेरीज या पृथ्वीवर मी काय करू शकतो?

मानवी कुबडाचा आभास निर्माण करण्याच्या नियमित कामामुळं माझा मागचा हात वाकडा झालाय; पट्ट्यांच्यामुळे माझा पुढचा हात इतका अधू झालाय की त्याची दोन बोटं वाळून गेली आहेत, माझ्या शरीराचा पूर्वीचा चपळपणा नष्ट झालाय आणि तरीही अजून मी सुंदर आहे! प्रमाणबद्ध! डौलदार! हेवा वाटणारे भांडकुदळ लोक काहीही म्हणोत!

असे विचार करीत, बाथरूमची तोडफोड करून माझा खून करायचं कोस्त्रित्स्कायानं ठरविलं त्या रात्री मी स्वत:ला पाणी घातलं. पण सकाळपर्यंत मी आजारी पडलो होतो. घंगाळातच मी थंडीनं काकडलो असलो पाहिजे. माझ्या आयुष्यातील सर्वांत वाईट, दु:खी भागाला सुरुवात झाली होती.

दीड आठवडा मी माझ्या टणक कोचावर पडून होतो आणि वाळत चालल्याचं मला जाणवत होतं. पाणी आणण्यासाठी स्वयंपाकघरापर्यंत जाण्याचं त्राण माझ्या अंगात राहिले नव्हते. माझं शरीर – घट्ट बांधलेलं मानवी आकाराचं एक पोतं – बधीर आणि मंद झालं होतं. माझ्या वाळलेल्या कातडीला भेगा पडल्या होत्या. माझे घट्ट पट्टे सैल करण्यासाठी मला वर उठताही येत नव्हतं.

दीड आठवडा असाच गेला आणि कुणीही आत आलं नाही.

मी मेल्यावर माझे शेजारी किती आनंदानं आरोग्यविभागाला फोन करतील याची मला कल्पना होती. विभागीय वैद्यकीय अधिकारी मृत्यूचा – त्या अंतिम घटनेचा – दाखला देण्यासाठी येईल, माझ्या कोचावर वाकेल, माझे कपडे, माझे पट्टे आपल्या शस्त्रक्रियेच्या कातरीने कापील, भीतीनं मागं सरकेल आणि माझं प्रेत सर्वांत मोठ्या आणि चांगल्या विच्छेदनगृहाकडे पाठविण्याचा हुकूम देईल.

आणि मग जे व्हायचं तेच होणार – स्पिरिटची बरणी, कोस्त्रित्स्कायाच्या सेंटसारख्या तीव्र उग्र वासाच्या त्या विषारी बरणीत, काचेच्या अंधारकोठडीत, इतिहासात – भविष्यकालीन पिढ्यांच्या ज्ञानवृद्धीसाठी काळाच्या अंतापर्यंत ते कोंबून ठेवतील मला – विचित्र विकृतीला, सर्वांत मोठ्या राक्षसी विकृतीला!

मी कण्हायला सुरुवात केली – सुरुवातीला अगदी हळूहळू, मग अधिक आणि अधिक मोठ्यानं. जिचा मी द्वेष करतो, पण जी टाळता येत नाही त्या मानवी भाषेत रडणाऱ्या मुलाचा आवाज करीत मी कण्हू लागलो. "आई, आई, आई." माझं कण्हणं ऐकून कुणाला दया येईल अशी मला आशा होती. अशा तऱ्हेनं मी दोन तास कण्हत होतो. त्या वेळी मी मनाशी निश्चय केला की जर जगलो, तर शेवटपर्यंत आपलं रहस्य फुटू द्यायचं नाही; माझ्या मातृभूमीचा हा शेवटचा सुंदर तुकडा – माझं शरीर – शत्रूंच्या हातात पडू द्यायचा नाही, त्यांना त्याचे तुकडे करून त्याची चेष्टा करू द्यायची नाही.

वेरोच्का आत आली. तिचं वजन कमी झाल्याचं स्पष्टच दिसत होतं. तिच्या डोळ्यांतूनही प्रेम व तिरस्कार यांची हकालपट्टी झाली होती. त्यामुळे ते शांत व बेपर्वा दिसत होते.

"पाणी!" मी ओरडलो.

वेरोच्का म्हणाली, "तुम्ही आजारी असला तर कपडे उतरवून तुम्ही आधी ताप बघितला पाहिजे. मी डॉक्टरना बोलावते. ते तुमचं रक्तमोचन करतील."

डॉक्टर! रक्त काढायचं! कपडे काढायचे! याच्या पुढची पायरी म्हणजे ती माझ्या कपाळाला स्पर्श करील आणि ते तर खोलीतल्या हवे इतकंच थंड होतं. आणि आपल्या गरम लाल बोटांनी ती माझी नसलेली नाडीही पाहील. पण वेरोच्कानं फक्त माझी उशी सरळ केली आणि माझ्या केसांच्या टोपाचा स्पर्श होताच घृणेनं तिनं आपला हात काढून घेतला. इतर माणसांप्रमाणेच, तिलाही माझ्या शरीराची घाण वाटत होती.

"पाणी! कृपा करून पाणी!"

"तुम्हाला नळाचं पाणी पाहिजे की उकळलेलं?"

शेवटी ती बाहेर गेली व एक मोठी बाटली घेऊन परतली. धूळ बसलेलं एक भांडं तिनं चकचकीत केलं. हे सारं ती इतक्या चिंतनमग्न आरामात करीत होती की तिला काहीही माहीत नाही, याची मला जाणीव नसती तर मी म्हटलं असतं, की ती माझ्यावर सूड उगवतेय.

"आंद्रेइ काझिमिरोविच, तुम्हाला माहीत आहे, माझं तुमच्यावर खरंच प्रेम होतं. आता मला कळतंय, मी तुमच्यावर प्रेम केलं ते – कसं सांगू? – दयाभावनेनं... माझ्या स्पष्टवक्तेपणाबद्दल क्षमा करा, पण एकाकी, व्यंग असलेल्या माणसाबद्दल वाटणाऱ्या दयाभावनेनं मी तुमच्यावर प्रेम केलं. पण इतकं प्रेम होतं माझं तुमच्यावर... मला दिसतच नसत तुमची शारीरिक व्यंगं. माझ्या दृष्टीने तुम्ही पृथ्वीतलावरील सर्वांत देखणे पुरुष होता, आंद्रेइ काझिमिरोविच... सर्वांत... पुरुष. आणि तुम्ही माझ्याकडं बघून इतक्या क्रूरपणानं हसलात, ...स्वतःचा शेवट करावा... प्रेम केलं... लपवणार नाही तुमच्यापासून... योग्य पुरुष... प्रेमात पडले... पुरुष... मानवी... मानवता... बरोबरीच्या नात्यानं..."

ते सारं सहन करणं अशक्य झाल्यामुळं मी मध्येच म्हटलं, "वेरोच्का ग्रिगोरिएवना, कृपया लवकर, पाणी..."

"मानवी... माणूसमा... माणूमानमा... मानवी... माणूसमा... वमाणू... समाव... मामा... मानवी..."

"पाणी! पाणी!"

वेरोच्कानं भांडं भरलं व एकाएकी माझ्या तोंडापर्यंत वर केलं. माझे खोटे दात

भांड्यावर आपटल्यानं त्यांचा आवाज झाला, पण तो द्रव आत, पोटात घेणं मला जमेना. एखाद्या फुलाप्रमाणं, किंवा सफरचंदाच्या झाडाप्रमाणं मला वरून पाणी प्यावं लागतं; तोंडातून नव्हे.

वेरोच्कानं माझी विनवणी केली, "प्या, प्या. मला वाटलं. तुम्हाला पाणी पाहिजेय..."

मी तिला दूर ढकललं आणि मोठ्या कष्टानं बसता झालो, पण मला भयंकर त्रास होत होता. माझ्या तोंडातलं पाणी कोचावर गळलं. हात पुढं करून काही थेंब 'प्यायलो.'

"मला भांडं दे आणि तू जा." मी सगळा धीर एकवटून तिला सांगितलं, "मला एकट्याला सोड; मी स्वत:च घेईन ते."

वेरोच्काच्या डोळ्यातून अश्रू ओघळले.

तिनं विचारलं, "का द्वेष करता माझा? काय केलंय मी तुम्हाला? तुम्हाला माझं प्रेम नको होतं, माझी सहानुभूती तुम्ही नाकारली... तुम्ही केवळ दुष्ट क्रूर आहात, आंद्रेइ काझिमिरोविच, तुम्ही फार वाईट आहात."

"वेरोच्का, तुझ्याजवळ दयेचा अंश जरी असेल शिल्लक, तरी, माझी विनंती आहे, माझी प्रार्थना आहे, जा, बाहेर जा, मला एकट्याला राहू दे."

कष्टानं ती बाहेर गेली. मग मी शर्टाची बटनं काढली व ते भांडं आत खुपसलं, मानेवरून खाली.

निसर्ग म्हणजे गडबड, धावपळ आहे. प्रत्येक गोष्टच उत्साहानं उतू जात आहे. पानं भराभर फुटताहेत. तुकड्यातुकड्यांनी चिमण्या गाताहेत. मुलं परीक्षांच्या घाईत आहेत. आयांचे कर्कश व वैतागलेले आवाज बाहेरून येताहेत. हवेतही एक प्रकारची चव आहे. थोडा कमी तीव्र असा कोत्स्त्रित्स्कायाचा सेंट सगळीकडे भरून राहिला आहे. माझ्या खिडकीतल्या निवडुंगांनाही सकाळी लिंबासारखा वास येतोय. निघून जाण्यापूर्वी वेरोच्काला ते निवडुंग भेट द्यायचं विसरून उपयोगी नाही.

माझ्या शेवटच्या आजारानं मला पुरतं विकल केलंय. केवळ शरीरच नव्हे, त्यानं माझी इच्छाशक्तीही पांगळी केलीय. कधी कधी मला भलत्याच इच्छा व्हायला लागल्याहेत. सिनेमाला जावंसं अलीकडं काही वेळा मला फार वाटतं. किंवा ग्रिगोरिएवनाच्या नवऱ्याबरोबर सोंगट्यांचा एक डाव टाकावासा वाटतो. तो उत्तम बुद्धिबळपटू आहे, असं म्हणतात.

माझ्या नोंदी मी परत वाचल्या आणि मला फारसं समाधान वाटलं नाही. एका परकी समाजाचे संस्कार प्रत्येक वाक्यात दिसताहेत. एका स्थानिक बोलीतील या रिकामपणच्या बडबडीचा कुणाला काय उपयोग? जाण्यापूर्वी आणखी एक गोष्ट

विसरून उपयोग नाही – या नोंदी जाळणं. लोकांना त्या दाखवायची मला मुळीच इच्छा नाही. आणि माझ्या जातीचे त्या कधी वाचणार नाहीत, किंवा त्यांना माझ्याबद्दल काही कळणारही नाही. या असल्या आडबाजूच्या जागी इतकं भयंकर अंतर तोडून ते कधीच येणार नाहीत.

भूतकाळ आठवणं मला अधिक अधिकच कठीण होऊ लागलंय. माझ्या मातृभाषेतील मोजके शब्द अजून माझ्या आठवणीत शिल्लक राहिलेत. लिहिणंवाचणं राहू द्याच, पूर्वीप्रमाणं विचार करणंही मी विसरलोय. मला काहीतरी सुंदर आठवतंय, पण ते नक्की काय होतं ते आठवत नाहीये.

कधी कधी वाटतं, माझी मुलं तिकडं आहेत. खूप गुटगुटीत छोटे कॅक्टस, आता ते खूप मोठे झाले असणार. वास्या शाळेत जात असेल. काय म्हटलं मी, शाळेत! तो आता दणकट प्रौढ झाला असणार. तो इंजिनिअरिंगकडे गेलाय आणि माशाचं लग्न झालंय.

देवा, परमेश्वरा! मी मानव व्हायला लागलोय की काय!

छे... छे... बत्तीस वर्षं मी कष्ट काढले, दु:खं सहन केली आणि हिवाळ्यात पाणी न पिता कठीण कोचावर पडून राहिलो, ते यासाठी नव्हे. मी बरा एकाच गोष्टीसाठी झालो. एखाद्या शांत जागी जावं व जीवनाची इतिश्री करावी – कोणतीही खळबळ न माजवता माझ्यातलं जे काही शिल्लक आहे, ते वाचवण्याचा तोच एकमेव मार्ग उरलाय मला.

माझ्या निघण्याची सर्व तयारी झालीय. इर्कुत्स्कचं तिकीट व राखीव जागेचं तिकीट; पाण्यासाठी माझी बाटली, पुरेशी रक्कम. हिवाळ्यातलं माझं जवळजवळ सर्व पेन्शन माझ्या खात्यात शिल्लक आहे. फरकोट, ट्रॅम किंवा ट्रॉलीबस् वगैरेसाठी मी काहीच खर्च केला नाही. त्या दिवसांत मी एकदाही सिनेमाला गेलो नाही आणि तीन महिन्यांपूर्वी भाडं देणं मी बंद केलं. आता माझ्याजवळ एकूण १६५७ रुबल आहेत.

परवा सगळे झोपले की कुणाच्याही नकळत मी घर सोडीन व टॅक्सीने स्टेशनवर जाईन. एक शिट्टी – आणि तुम्हाला ते माझं शेवटचं दर्शन असेल. माझ्या आईच्या अंगाइतकी गर्द हिरवी अरण्यं मला आपल्यात सामावून घेतील, लपवतील.

कसंना कसंतरी मी ते जमवीन. प्रवासाचा काही भाग मी एक होडी भाड्यानं घेईन. ते अंतर सुमारे ३५० किलोमीटर आहे आणि सगळा प्रवास नदीतून. अगदी हाताशी पाणी. वाटलं तर दिवसातून तीन वेळा बुडी मारावी पाण्यात.

एक खड्डा होता तिथं. तो सापडेपर्यंत मी शोधत राहीन. आम्ही कोसळलो, तेव्हा पडलेला खड्डा. त्याच्याभोवती लाकडं पसरायची. बंदुकीच्या दारूप्रमाणं

ज्युनिपर लाकूड पेटतं. मी खड्ड्यात पडेन, कपडे काढीन व वाट पाहीन. एकही मानवी विचार मी मनात येऊ देणार नाही, परकी भाषेचा एकही शब्द मी ऐकणार नाही.

दव गोठायला सुरुवात झाली व वेळ योग्य आहे असं पाहिलं की – एक काडी पुरे. माझी नावनिशाणीही उरणार नाही.

पण त्याला अजून खूप अवकाश आहे. त्यापूर्वी पुष्कळ उबदार व आनंदी रात्री असतील आणि उन्हाळी आकाशात अनेक तारका असतील. त्यातली कोणती? ...कुणाला ठाऊक! मी त्या साऱ्यांच्याकडे टक लावून पाहीन – सगळ्यांकडे मिळून व एकेकटीकडं - माझ्या सगळ्या डोळ्यांनी पाहीन. त्यातली एक तारका माझी आहे.

मातृभूमी! प्खेंट्झ! गॉग्री तुझेरोस्किप! परत येतोय मी तुझ्याकडे! गॉग्री! गॉग्री! गॉग्री! तुझेरोस्किप! तुझेरोस्किप! नमस्ते! नमस्कार! गुटेनाबेंड! तुझेरोस्किप! बू--बू--बू! मिऑ, मिऑ! प्खेंट्झ!

◆

मूळ कथा : आंद्रेइ सिन्यावस्की
(सोविएत रशियाची पन्नास वर्षे : खंड दुसरा)